பெண்
ஏன் அடிமையானாள்?

தந்தை பெரியார்

நூல் ஆயுதம்
பப்ளிகேஷன்ஸ்

பெண் ஏன் அடிமையானாள்?
(கட்டுரை)
தந்தை பெரியார்©

PEN YEN ADIMAIYANAL
(Essay)
Thanthai Periyar©

Edition: May 2026

ISBN: 978-93-93188-34-2

Pages: 72 Price: Rs.150

Published by:

நூல் ஆயுதம்

Nool Aayudham Publications
No. 126/141, St. Mary's Road, Alwarpet,
Chennai - 600 018, Mobile: 95000 70183
Email: noolaayudhampublications@gmail.com

Cover Design & Layout: Visual Vinodh

முகவுரை

'பெண் ஏன் அடிமையானாள்?' என்னும் இப்புத்தகத்தில் கண்ட விஷயங்களுக்குப் பிரசுரிப்போரின் விருப்பப்படி முகவுரை என்று சில வரிகளாவது எழுதவேண்டியது அவசியமென்றே கருதுகிறோம். ஏனெனில், இதில் கண்ட விஷயங்கள் இதுவரை மக்களிடையே இருந்து வருகின்ற உணர்ச்சிகளுக்கும், ஆதாரங்களுக்கும், மனித சமூகக் கட்டுப்பாடு, ஒழுக்கம், ஆசாரம், மதக்கொள்கை, சாஸ்திர விதி என்பன ஆகியவற்றிற்கும் பெரிதும் முரணாகவும், புரட்சித்தன்மை போன்ற தலைகீழ் மாறுபாடான அபிப்பிராயங்கள் கொண்டதாகவும் சாதாரண மக்களுக்குக் காணப்படுமாதலால், இப்படிப்பட்ட மக்களிடம் வெறும் நியாய உறுதியையும், பகுத்தறிவு உறுதியையும் கொண்டு ஒரு விஷயத்தை மெய்ப்பித்துப் புகுத்திவிடலாம் என்று எண்ணிவிட முடியாது. மேலும் ஒரு அபிப்பிராயமானது எவ்வளவு நியாயமானதானாலும், பகுத்தறிவுக்கும், ஆராய்ச்சிக்கும் விளங்க முடிந்த உண்மையானாலும், பழக்கவழக்கத்தைச் சொல்லியோ, சாஸ்திர ஆதாரத்தைச் சொல்லியோ, மதக் கொள்கையைச் சொல்லியோ வெகு சுலபத்தில் யாரும் ஒரு சிறு பகுத்தறிவு ஞானமோ, நடுநிலை லட்சியமோ இல்லாது ஆட்சேபித்து மறுப்புக் கூறி, அதற்குப் பழிப்பை உண்டாக்கிவிடலாம் என்பதோடு, அம்மறுப்புகளையும், பழிப்புகளையும் ஏற்றுக் கொள்ளும்படியாய் பாமர மக்களைச் சுலபத்தில் செய்துவிடலாம். ஆதலால், இதற்குத் தக்க சமாதானம் சொல்லி மெய்ப்பிக்க வேண்டியிருக்கிறது. எனவே, அதற்காக முகவுரை என்னும் பேரால் சில வரிகளை எழுதுகிறோம்.

இப்புத்தகத்தில் முதலாவது அத்தியாயமாகிய 'கற்பு' என்னும் விஷயத்தின் முக்கியக் கருத்தெல்லாம் மக்கள் ஆண்-பெண் என்ற இரு சாராரில் பெண்களுக்கு மாத்திரமே அது (கற்பு) வலியுறுத்தப்பட்டிருக்கிறதென்றும், இவ்வலியுறுத்தலே பெண்ணை அடிமையாக்கப் பெரிதும் காரணமாய் வந்திருக்கிறதென்றும், ஆண்-பெண் இருவரும் சரிசமமான சுதந்திரத்துடன் வாழவேண்டும் என்கிற நிலைமை ஏற்பட வேண்டுமானால், மேற்கண்ட கற்பு

என்பதன் அடிப்படையான லட்சியமும் கொள்கையும் மாற்றப்பட்டு அது விஷயத்தில் ஆண்-பெண் இருவருக்கும் ஒன்று போன்ற நீதி ஏற்படுத்த வேண்டும் என்பதை வலியுறுத்துவதாகும்.

இரண்டாவது அத்தியாயமான 'வள்ளுவரும் - கற்பும்' என்னும் அத்தியாயத்தின் நோக்கமென்னவென்றால், நீதி நூல்கள் என்பவைகள் எப்படிப்பட்ட பெரியோர்களால் எழுதப்பட்டவைகள் என்றாலும் அவை அக்கால நிலையையும், எழுதப்பட்ட கூட்டத்தின் சவுகரியங்களையும் அனுசரித்து எழுதப்பட்டதென்றும், ஆதலால் எந்தக் கொள்கையும் எக்காலத்தும், எல்லாத் தேசத்திற்கும், எல்லோருக்கும் சவுகரியமாக இருக்குமென்றும் கருதி, கண்மூடித்தனமாய், குரங்குப் பிடிவாதமாய்ப் பின்பற்றக்கூடாது என்றும் வலியுறுத்த எழுதப்பட்டதாகும்.

மூன்றாவது அத்தியாயமான 'காதல்' என்பது ஒரு தெய்வீகச் சக்தியால் ஏற்பட்டதென்றும், அது என்றும் மாற்றப்பட முடியாததென்றும், ஆதலால் ஒரு தடவை காதல் என்பது ஏற்பட்டுவிட்டால், எந்தக் காரணத்தைக் கொண்டும் பிறகு அதை மாற்றிக் கொள்ளக் கூடாதென்றும் சொல்லப்படும் நிர்பந்தக் காதலைப் பொய்யென்று எடுத்துக்காட்டவும், காதல் என்பது ஒரு ஆசையென்றும், அந்த ஆசை ஏற்படவும் மறைந்து போகவுமான தன்மை கொண்டதென்றும், அதுவும் ஆசைப்படுபவர்கள் திருப்தியையும், நலத்தையும், பலத்தையுமே அஸ்திவாரமாய்க் கொண்டதே ஒழிய, வேறெதையும் பொறுத்ததல்ல என்றும் எடுத்துக்காட்ட எழுதப்பட்டதாகும்.

நான்காவது அத்தியாயமான 'கல்யாண விடுதலை' என்பது அது போலவே, அதாவது, கல்யாணம் என்பது ஆண்-பெண் இருவர்களுடைய வாழ்க்கை சவுகரியத்திற்கேற்பட்ட ஒரு ஒப்பந்த விழாவே ஒழிய அதில் எவ்விதத் தெய்வீகத்தன்மை என்பதும் இருக்க நியாயமில்லை என்பதையும் அப்படிப்பட்ட கல்யாணம் என்பதும் இருபாலார்களுடைய வாழ்க்கைச் சவுகரியத்திற்கு ஒத்துவரவில்லையானால், ரத்து செய்துவிடத்தக்கதே என்பதையும் விளக்க முற்பட்டதாகும்.

அய்ந்தாவது அத்தியாயமாகிய 'மறுமணம் தவறல்ல' என்பதும், முன் அத்தியாயத்தை அனுசரித்தும் ஒருதரம் கல்யாணம் செய்வோர் மறுபடியும் கல்யாணம் செய்து கொண்டால், செய்துகொள்வது தவறு என்று சொல்வதைக் கண்டித்தும், கல்யாணம் என்பது முன் குறிப்பிட்டது போல ஆண்-பெண் இருவர் வாழ்க்கை

சவுகரியத்திற்கும், சந்தோசத்திற்கும் ஏற்றதே ஒழிய வேறில்லை என்றும், அது அப்படி இல்லாமல் போகுமாயின், ஒரு தடவை கல்யாணம் செய்து கொண்டோமே, இரண்டு பேரும் உயிருடன் இருக்கின்றோமே, இனி எப்படி இதில் யாராவது ஒருவர் மறுமணம் செய்து கொள்வது என்று மயங்காமலும், இந்நிலையில் முன் மணம் செய்து கொண்ட பெண்ணின் கதியோ, அல்லது ஆணின் கதியோ என்ன ஆவது என்பதாய்க் கருதி ஒருவருக்கு அசவுகரியம் ஏற்படுமே என்பதற்காக ஒருவர் கஷ்டப்படுவது என்பதைக் கண்டிக்கவும், மறுமண முறையை இருவரும் கைக்கொண்டால் யாருக்கும் கஷ்டம் ஏற்படாது என்பதை வலியுறுத்தவும், இன்னின்ன சந்தர்ப்பங்களில் மறுமணம் செய்து கொள்ள வேண்டிய நிர்பந்தம் விளக்கவும் எழுதப்பட்டதாகும்.

ஆறாவது அத்தியாயமானது 'விபச்சாரம்' என்னும் தலைப்பு கொண்ட அத்தியாயம். விபச்சாரம் என்னும் குற்றம் சுமத்தப்படுவதானது பெண்ணுக்கே உரியதாயிருக்கின்றதே தவிர, அது உலக வழக்கில் ஆணுக்குச் சம்பந்தப்படுவதில்லை என்றும், இதனால் ஆண்கள் தாராளமாய் விபச்சாரம் செய்யவும், அதனால் பெண்களுக்கு கஷ்டம், நஷ்டம், வியாதி, வாழ்க்கை இன்பமின்மை முதலிய துன்பங்கள் ஏற்பட இடமாகின்றதென்றும், விபச்சாரம் என்பது எந்தப் பொருளிலாவது குற்றமாகுமானால், அது இருபாலருக்கும் சமமாய் இருக்க வேண்டும் என்றும் வலியுறுத்தவே அநேக தத்துவ அனுபவ உண்மைகளைக் கொண்டு எழுதப்பட்டதாகும்.

ஏழாவது அத்தியாயமாகிய 'விதவைகள் நிலைமை' என்னும் தலைப்பு கொண்ட அத்தியாயமானது பெண்கள் விதவைத்தன்மையால் அனுபவிக்கும் கொடுமையை எடுத்துக்காட்டவும், அவர்களுக்கு மறுமணம் செய்ய வேண்டியது அவசியம் என்பதை வலியுறுத்தவும் எழுதப்பட்டதாகும்.

எட்டாவது அத்தியாயமாகிய 'சொத்துரிமை' என்னும் தலைப்பு கொண்ட அத்தியாயமானது பெண்களுக்குச் சுதந்திரம் ஏற்பட வேண்டுமானால், அவர்கள் ஆண்களுடைய அடிமைகள் அல்லவென்றும், ஆண்களைப் போலவே வாழ்க்கையில் சகல துறைகளிலும் சம அந்தஸ்துடையவர்கள் என்று சொல்லப்பட வேண்டியவர்களானால், உலகச் செல்வங்களுக்கும், போக போக்கியங்களுக்கும் ஆண்களைப் போலவே பெண்களும் உடைமையாளராக வேண்டும் என்பதை வலியுறுத்தவும்,

பெற்றோர்களுடைய சொத்துகளுக்குப் பெண்களும் ஆண்களைப் போலவே பங்குபெற உரிமையுடையவர்கள் ஆகவேண்டும் என்பதையும் வலியுறுத்தவும் எழுதப்பட்டதாகும்.

ஒன்பதாவது, பத்தாவது அத்தியாயங்களாகிய 'கர்ப்பத்தடை', 'பெண்கள் விடுதலைக்கு 'ஆண்மை' அழிய வேண்டும்' என்கிற தலைப்புகளையே முறையே கொண்ட அத்தியாயங்களானவை கர்ப்பத்தினாலும், பிள்ளைகளைப் பெறுவதனாலும் பெண்களுக்கு ஏற்படும் கஷ்டங்களையும், அடிமைத்தனங்களையும் எடுத்துக்காட்டவும், மற்றும் பிள்ளைகளை அதிகமாகப் பெறுவதனால் ஆண்-பெண் இவர்களுக்குள்ள கஷ்டங்களையும் எடுத்துக்காட்டுவதுடன், பெண்கள் நலத்துக்கு ஆண்களால் - ஆண்கள் முயற்சியால் ஒரு நாளும் நன்மை ஏற்பட்டுவிடாது என்றும், பெண்கள் தங்களை ஆண்களுக்கு அடிமையாக இருக்கவே கடவுள் படைத்தார் என்பதாக நினைத்துக் கொண்டிருக்கும் எண்ணத்தை அடியோடு விட்டுவிட்டு, தாங்களும் ஆண்களுக்குச் சமமானவர்கள் என்றும், எவ்விதத்திலும் தாழ்ந்தவர்கள் அல்ல என்றும் கருதிக் கொண்டு தங்களுக்குத் தாங்களே பாடுபட வேண்டும் என்பதை வலியுறுத்தவே எழுதப்பட்டவையாகும்.

ஆகவே, இந்தப் புத்தகத்தில் கண்ட மேற்படி பத்து அத்தியாயங்களும் பெண்கள் எந்தெந்தக் காரணங்களால் அடிமைப்படுத்தப்பட்டார்கள் அடிமையானார்கள் அடிமைகளாக இருந்து வருகிறார்கள் என்பதை எடுத்துக்காட்டி, எந்தக் காரண காரியங்களால் அவர்கள் (பெண்கள்) அடிமைத்தனத்திலிருந்து விடுபட்டுச் சுதந்திர மக்களாக வாழ முடியும் என்பதை எடுத்துக்காட்டவுமான கருத்தை முக்கியமாகக் கொண்டு எழுதப்பட்டவையாகும்.

அன்றியும், இப்புத்தகக் கருத்துக்கள் இன்றைய நிலையில், எந்த மதத்திற்கும், எந்தத் தேச மக்களுக்கும், எந்தச் சமூகத்தாருக்கும் பயன்பட்டாக வேண்டும் என்பதே நமது கருத்தாகும். ஆதலால், இப்புத்தகத்தைப் பெண்மக்கள் மாத்திரம் அல்லாமல், பெண்களிடம் ஜீவகாருண்யமும், சமத்துவ உணர்ச்சியும் கொண்ட எல்லா ஆண் மக்களும் வாங்கிப் படித்துப் பார்த்துத் திருந்தவேண்டியது அவசியம் என்றே கருதுகிறோம்.

ஈரோடு

ஈ.வெ. ராமசாமி

1.1.1942

கற்பு

கற்பு என்ற வார்த்தையைப் பகுபதமாக்கிப் பார்ப்போமானால், கல் என்பதிலிருந்து வந்ததாகவும், அதாவது படி - படிப்பு என்பது போல் கல் - கற்பு என்கின்ற இலக்கணம் சொல்லப்பட்டு வருகிறது. அன்றியும், "கற்பெனப்படுவது சொற்றிறம்பாமை!" என்கிற வாக்கியப்படி பார்த்தால் கற்பு என்பது சொல் தவறாமை; அதாவது, நாணயம், சத்தியம், ஒப்பந்தத்திற்கு விரோதமில்லாமல் என்கின்றதான கருத்துக்கள் கொண்டதாக இருக்கிறது.

அதைப் பகாப்பதமாக வைத்துப் பார்த்தால், மகளிர் நிறை என்று காணப்படுகின்றது. இந்த இடத்தில் மகளிர் என்பது பெண்களையே குறிக்கும் பதமாக எப்படி ஏற்பட்டது என்பது விளங்கவில்லை. நிறை என்கின்ற சொல்லுக்குப் பொருளைப் பார்த்தால் அறிவின்மை, உறுதிப்பாடு, கற்பு என்கின்ற பொருள்களே காணப்படுகின்றன. கற்பு என்பது பெண்களுக்கு மாத்திரம் சம்பந்தப்பட்டது என்பதற்குத் தக்க ஆதாரம் கிடைக்காவிட்டாலும் அழிவில்லாதது, உறுதியுடையது என்கின்ற பொருள்களே காணக் கிடைக்கின்றன.

அழிவில்லாதது என்கின்ற வார்த்தைக்கு, கிரமமான கருத்துப் பார்க்கும்போது, இந்த இடத்தில் சுத்தம் அதாவது கெடாதது, மாசற்றது என்பதற்காகத்தான் கொள்ளலாம். இந்த சுத்தம் என்கின்ற வார்த்தையும், கெடாதது என்கின்ற கருத்தில்தான் ஆங்கிலத்திலும் காணப்படுகிறது. அதாவது சேஸ்டிடி (Chastity) என்கின்ற ஆங்கில வார்த்தைப்படி வர்ஜினிட்டி (Virginity) என்பதே பொருள் ஆகும். அதை அந்தப் பொருளின்படி பார்த்தால் இது ஆணுக்கென்றோ, பெண்ணுக்கென்றோ சொல்லாமல் பொதுவாக மனித சமூகத்திற்கே - எவ்வித ஆண், பெண் புணர்ச்சி சம்மந்தமே சிறிதும் இல்லாத பரிசுத்தத் தன்மைக்கே

உபயோகப்படுத்தி இருக்கிறது என்பதைக் காணலாம். ஆகவே, கற்பு என்பது பெண்களுக்கு மாத்திரம் சம்பந்தப்பட்டதல்ல என்பதும்; அதுவும் ஆணோ, பெண்ணோ ஒரு தடவை கலந்த பிறகு எவ்வளவு சுத்தமாயிருந்தாலும் கற்புப் போய்விடுகிறது என்கின்ற கருத்துக்கொள்ளக்கூடியதாய் இருக்கின்றது. ஆனால், ஆரிய பாஷையில் பார்க்கும்போது மாத்திரம் கற்பு என்கிற வார்த்தைக்கு அடிமை என்ற கருத்து நுழைக்கப்படுகின்றது என்பது எனதபிப்பிராயம். அதாவது பதியைக் கடவுளாகக் கொண்டவள், பதிக்கு அடிமையாய் இருப்பதையே விரதமாகக் கொண்டவள், பதியைத் தவிர வேறு யாரையும் கருதாதவள் எனப் பொருள் கொடுத்திருப்பதுடன் பதி என்கின்ற வார்த்தைக்கு அதிகார, எஜமான், தலைவன் என்கின்ற பொருள் இருப்பதால் அடிமைத்தன்மையை இவ்வார்த்தை புலப்படுத்துகின்றது. ஆனால், தலைவி என்ற பதத்திற்கும், நாயகி என்ற பதத்திற்கும் மனைவி என்று பொருள் குறிக்கப்பட்டிருப்பதாலும், அது அன்பு கொண்ட நிலையில் மாத்திரம் ஆணையும், பெண்ணையும் குறிக்கின்றதே ஒழிய, வாழ்க்கையில் கட்டுப்பட்ட பெண்களுக்குத் தலைவி என்கின்ற வார்த்தை, அதன் உண்மைக் கருத்துடன் வழங்கப்படுவதில்லை. நாயகன்-நாயகி என்கின்ற சமத்துவமுள்ள பதங்களும், கதைகளிலும், புராணங்களிலும் ஆண்-பெண் இச்சைகளை உணர்த்தும் நிலைகளுக்கே மிகுதியும் வழங்கப்படுகின்றன. ஆகவே, காமத்தையும், அன்பையும் குறிக்குங் காலங்களில் சமத்துவப் பொருள் கொண்ட நாயகர்-நாயகி, தலைவர் - தலைவி என்ற வார்த்தைகளை உபயோகித்துவிட்டு, கற்பு என்ற நிலைக்கு வரும்போது அதைப் பெண்களுக்கு மாத்திரம் சம்பந்தப்படுத்தி, பதி ஆகிய எஜமானனையே கடவுளாகக் கொள்ள வேண்டுமென்ற கருத்துக் கொள்ளப்பட்டு இருக்கின்றது.

இந்த இடத்தில் நமது திருவள்ளுவரின் நிலைமையும் எனக்குச் சற்று மயக்கத்தையே தருகிறது. அதாவது, குறளில் வாழ்க்கைத் துணை நலத்தைப் பற்றிச் சொல்ல வந்த 6ஆம் அத்தியாயத்திலும், பெண் வழிச் சேரல் என்பதைப் பற்றிச் சொல்ல வந்த 91ஆவது அத்தியாயத்திலும், மற்றும் சில தனி இடங்களிலும் பெண்கள் விஷயத்தில் மிக்க அடிமைத் தன்மையையும், தாழ்ந்த தன்மையையும் புகுத்தப்பட்டிருப்பதாகவே எண்ணக்கிடக்கின்றன. தெய்வத்தைத் தொழாமல் தன் கொழுநனாகிய தன் தலைவனைத் தொழுகின்றவள் மழையைப் பெய்யென்றால் பெய்யும்

என்றும்; தன்னைக் கொண்டவன் என்றும் இம்மாதிரியான பல அடிமைக்குகந்த கருத்துகள் கொண்ட வாசகங்கள் காணப்படுகின்றன. இவ்விஷயத்தில் மாறுபட்ட அபிப்பிராயம் கொள்ளுவோர் மேற்கண்ட இரண்டு அத்தியாயங்களையும் 20 குறளையும் உரைகளைக் கவனிக்காமல் மூலத்தை மாத்திரம் கவனிக்கும்படி வேண்டுகிறேன். அப்படிப் பார்த்த பிறகு, இந்த இரண்டு அதிகாரங்களும் அதாவது, 'வாழ்க்கைத் துணைநலம்' அதிகாரமும், 'பெண்வழிச் சேரல்' அதிகாரமும் குற்றமற்றது என்பதாக யார் வந்து எவ்வளவு தூரம் வாதிப்பதானாலும், கடைசியாக, திருவள்ளுவர் ஒரு ஆணாயில்லாமல் பெண்ணாயிருந்து இக்குறள் எழுதியிருப்பாரானால் இம்மாதிரிக் கருத்துகளைக் காட்டியிருப்பாரா? என்பதையாவது கவனிக்கும்படி வேண்டிக்கொள்கிறேன். அதுபோல, பெண்களைப் பற்றிய தர்மசாஸ்திரங்கள் என்பதும், பெண்களைப் பற்றிய நூல்கள் என்பதும் பெண்களால் எழுதப்பட்டிருக்குமானாலும் அல்லது கற்பு என்கின்ற வார்த்தைக்குப் பெண்களால் வியாக்கியானம் எழுத ஏற்பட்டிருந்தாலும் கற்பு என்பதற்கு, 'பதிவிரதம்' என்கின்ற கருத்தை எழுதியிருப்பார்களா? என்பதையும் யோசித்துப் பார்க்கும்படி கேட்டுக் கொள்கிறேன்.

கற்பு என்பதற்குப் 'பதிவிரதம்' என்று எழுதிவிட்டதன் பலனாலும், பெண்களைவிட ஆண்கள் செல்வம், வருவாய், உடல்வலிவு கொண்டவர்களாக ஆக்கப்பட்டுவிட்டதனாலும், பெண்கள் அடிமையாவதற்கு, புருஷர் மூர்க்கர்களாகி கற்பு என்பது தங்களுக்கு இல்லை என்று நினைப்பதற்கும் அனுகூலம் ஏற்பட்டதே தவிர வேறில்லை.

தவிர, புருஷர்கள் கற்புடையவர்கள் என்று குறிக்க நமது பாஷைகளில் தனி வார்த்தைகளே காணாமல் மறைபட்டுக் கிடப்பதற்குக் காரணம் ஆண்களின் ஆதிக்கமே தவிர வேறில்லை.

இந்த விஷயத்தில் உலகத்தில் ரஷ்யா தவிர வேறு நாடோ, வேறு மதமோ, வேறு சமூகமோ யோக்கியமாய் நடந்து கொண்டிருக்கிறது எனச் சொல்ல முடியாது. உதாரணமாக அய்ரோப்பிய தேசத்தில் பெண்களுக்குப் பலவித சுதந்திரங்கள் இருப்பதுபோல் காணப்பட்டாலும் புருஷன்- பெண்சாதி என்பதற்காக ஏற்பட்ட பதங்களிலேயே உயர்வு தாழ்வுக் கருத்துகள் நுழைக்கப்பட்டிருப்பதுடன், சட்டங்களும் புருஷனுக்கு அடங்கி நடக்கவேண்டியதாகவே ஏற்பட்டிருக்கின்றன.

மற்றும் சில சமூகங்களில் பர்தா என்றும் கோஷா என்றும் திரை என்றும் அதாவது பெண்கள் அறைக்குள் இருக்க வேண்டியவர்கள் என்றும் முகத்தை மூடிக்கொண்டு வெளியில் போக வேண்டியவர்கள் என்றும் ஏற்படுத்தப்பட்ட கொள்கைகளும் புருஷன் பல பெண்களை மணக்கலாம்; பெண்கள் ஏககாலத்தில் ஒரு புருஷனுக்கு மேல் கட்டிக் கொண்டு வாழக்கூடாது என்ற கொள்கையும் நம் நாட்டில் ஒரு தடவை புருஷன்-பெண்சாதி என்கின்ற சொந்தம் ஏற்பட்டுவிட்டால், பிறகு அந்தப் பெண்ணுக்கு சாகும்வரைக்கும் வேறு எந்தவித சுதந்திரமும் இல்லையென்றும், புருஷன் அப்பெண்ணின் முன்பாகவே பல பெண்களைக் கட்டிக்கொண்டு கூடி வாழலாம் என்றும், புருஷன் தன் மனைவியை தன்னுடைய வீட்டில் வைத்துக் கொண்டு அவளுடன் ஒன்றித்து வாழாமலிருந்தும்கூட, மனைவி புருஷனைச் சாப்பாட்டிற்கு மாத்திரம் கேட்கலாமேயொழிய, இன்பத்திற்கோ, இச்சையைத் தீர்ப்பதற்கோ அவனைக் கட்டுப்படுத்த உரிமை இல்லை என்று கட்டுப்பாடுகள் இருந்து வருகின்றன.

இந்நிலை சட்டத்தாலும், மதத்தாலும் மாத்திரம் ஏற்பட்டதென்று சொல்வதற்கில்லாமல் பெண் சமூகமும் ஒப்புக் கொண்டு, இந்நிலைக்கு உதவிபுரிந்து வருவதனாலும் இது உரம் பெற்று வருகிறதென்றே சொல்ல வேண்டும். அநேக வருட பழக்கங்களால் தாழ்ந்த சாதியார் எனப்படுவோர் எப்படித் தாங்கள் தாழ்ந்த வகுப்பார் என்பதையும் ஒப்புக் கொண்டு, தாமாகவே கீழ்ப்படியவும், ஒடுங்கவும் விலங்கவும் முந்துகின்றார்களோ, அதுபோலவே பெண்மக்களும் தாங்கள் ஆண் மக்களின் சொத்துகளென்றும், ஆண்களுக்குக் கட்டுப்பட்டவர்களென்றும், அவர்களது கோபத்திற்கு ஆளாகக்கூடாதவர்கள் என்றும் நினைத்துக் கொண்டு சுதந்திரத்தில் கவலையற்று இருக்கின்றார்கள். உண்மையாக பெண்கள் விடுதலை வேண்டுமானால், ஒரு பிறப்புக்கொரு நீதி வழங்கும் நிர்பந்தக் கற்புமுறை ஒழிந்து, இரு பிறப்பிற்கும் சமமான சுயேச்சைக் கற்பு முறை ஏற்பட வேண்டும். கற்புக்காகப் பிரியமற்ற இடத்தைக் கட்டி அழுது கொண்டிருக்கச் செய்யும்படியான நிர்பந்தக் கல்யாணங்கள் ஒழியவேண்டும்.

கற்புக்காக புருஷனின் மிருகச் செயலைப் பொறுத்துக் கொண்டிருக்க வேண்டும் என்கின்ற கொடுமையான மதங்கள், சட்டங்கள் மாயவேண்டும்.

கற்புக்காக மனத்துள் தோன்றும் உண்மை அன்பை, காதலை மறைத்துக்கொண்டு, காதலும், அன்பும் இல்லாதவனுடன் இருக்கவேண்டும் என்கின்ற சமூகக் கொடுமையும் அழியவேண்டும்.

எனவே, இக்கொடுமைகள் நீங்கின இடத்தில் மாத்திரமே மக்கள் பிரிவில் உண்மைக் கற்பை, இயற்கைக் கற்பை, சுதந்திரக் கற்பைக் காணலாமே ஒழிய நிர்பந்தங்களாலும், ஒரு பிறப்புக்கொரு நீதியாலும் வலிமை கொண்டவன் வலிமையற்றவனுக்கு எழுதி வைத்த தர்மத்தாலும் ஒருக்காலும் காண முடியாது என்பதுடன், அடிமைக் கற்பையும், நிர்பந்தக் கற்பையும்தான் காணலாம். அன்றியும், இம்மாதிரியான கொடுமையைவிட வெறுக்கத்தக்க காரியம் மனித சமூகத்தில் வேறொன்று இருப்பதாக என்னால் சொல்ல முடியாது.

(குடியரசு, 8.1.1928)

வள்ளுவரும் கற்பும்

கற்பு என்ற நமது கட்டுரைக்கு மறுப்பாக திருக்குறளை மேற்கோளாகக் காட்டி, நமது தோழர் ஒருவர் ஒரு நீண்ட மறுப்பு எழுதியுள்ளார்.

அதில் நாம், "வள்ளுவர் ஒரு பெண்ணாக இருந்து குறள் எழுதியிருந்தால், இக்கருத்துகளைக் கூறியிருக்கமாட்டார்" என்று குறிப்பிட்டிருந்ததற்கு நமது தோழர் அதை ஒருவாறு ஒப்புக்கொண்டு, "தன்னலங்கொண்ட கூட்டத்தார் ஏற்றுக் கொள்ளவில்லையானால் நீதியானது அநீதியாகி விடுமோ!" என்று பதில் கூறியிருக்கிறார்.

இங்குப் பெண்களைத் தன்னலங்கொண்ட கூட்டத்தார் என்று குறிப்பிட்டது பெண்களுக்கு நீதி வழங்கியதாகுமா? என்பதை யோசிப்பதோடு, பெண்கள் தர்மம் என்று எழுதுவதில் ஆண்கள் இம்முறையைக் கொண்டு பிரவேசிப்பது தன்னலங்கொண்டதாகாதா? என்பதையும் சிந்திக்க வேண்டுகிறேன்.

(இந்த இடத்தில் கருத்து இன்னது என்பதை முடிவுகட்டாவிட்டாலும்) "தமிழ்நாட்டில் வாழ்ந்த - வாழுகின்ற பெண்ணரசிகளும் இக்கருத்துகளை ஒப்புக்கொண்டிருக்கிறார்கள்" என்று எழுதியிருக்கின்றார். எந்த பெண்ணரசியாகிலும் தம்மை ஆண் பிறவிக்கு அடிமை என்றாவது, தாம் அப்பிறவிக்குக் கீழ்ப்பட்டவர்கள் என்றாவது, ஆண்தன்மையைவிட பெண்தன்மை ஒரு கடுகளவாவது தாழ்ந்தது என்றாவது எண்ணிக் கொண்டிருப்பார்களானால் அவர்கள் யாராயிருந்தாலும் அவர்களை பெண்ணரசி என்று சொல்ல நாம் ஒருக்காலும் ஒப்போம்.

"பல தலைமுறைப் பழக்கத்தால் பெண்கள் அக்கருத்துகளை ஏற்றுக் கொள்கின்றனர்" என்று நாம் எழுதியிருப்பதும், அதைத் தாழ்த்தப்பட்டவர்கள் தங்கள் தாழ்ந்த நிலையை ஏற்றுக்கொள்வது

போலாகும் என்பதற்கு ஒப்பிட்டு நாம் எழுதியிருப்பதும், "தாய்மார்களைப் பழித்துக் கூறியதாகும்" என்று நமது தோழர் கூறியிருக்கிறார்.

அதற்குக் காரணம் காட்டுவதில், "தாழ்த்தப்பட்டவர்களுக்கு அறிவு வளர்ச்சிக்குரிய சாதனங்கள் கிடைக்க ஒட்டாமல் செய்துவிட்டதால் அன்னார்கள் அறியாமை உடையவராகிவிட்டார்கள். பெண்களுக்கு அது பொருந்தாது" என்றும் நமது தோழர் சொல்லுகிறார்.

இதை அவர் ஆராய்ச்சியுடன் கூறியிருப்பதாக நமக்கு விளங்கவில்லை. ஏனெனில், எந்தக் காலகட்டத்தில் தாழ்த்தப்பட்டவர்கள் என்கின்ற கூட்டம் ஏற்பட்டதோ, எந்தக் காலத்தில் எந்தக் கூட்டத்தார்கள் தாழ்த்தப்பட்டோருக்கு அறிவு வளர்ச்சிக்குரிய சாதனங்கள் இல்லாமல் செய்தனரோ அக்காலத்திலேயே அந்தக் கூட்டத்தாராலேயே பெண் மக்களுக்கும் அறிவு வளர்ச்சிக்குரிய சாதனங்கள் இல்லாமல் செய்யப்பட்டு, தாழ்த்தி அடக்கி வைக்கப்பட்டிருக்கிறது. இதை ஏன் நமது தோழர் உணர முடியவில்லை என்பதும் நமக்கு அறிய முடியவில்லை.

தவிர, பெண்களின் அறிவுத் திறத்திற்கு உதாரணமாக இவர் ஒரு அவ்வைப் பிராட்டியை எடுத்துக்காட்டுகின்றார். அதே மூச்சில் திருவள்ளுவரையும் எடுத்துக்காட்டியிருப்பாரானால், தாழ்த்தப்பட்டவர்களுக்குள்ளும் ஏதோ ஒருவருக்கு அறிவு வளர்ச்சி இருந்து வந்தது என்பதை ஒத்துக்கொண்டிருப்பார். எனவே, நாம் ஒன்றிரண்டு பெண்ணரசிகளைப் பற்றிப் பேச வரவில்லை என்பதையும் தற்காலத்தில் வாழும் நூற்றுக்குத் தொண்ணூற்றொன்பதே முக்காலே மூன்று வீசம் வீதமுள்ள பெண்களைப்பற்றிப் பேசுகின்றோம் என்பதையும் உணர வேண்டுகின்றோம்.

இப்படிச் சொல்லுவதால், நாம் தாய்மார்களையே பழித்துக் கூறியதாகுமானால், நமது தோழர் சொல்வதிலிருந்து அவர் 'தாழ்ந்த சாதி' என்பவர்களைப் பழித்துக் கூறியதாக ஏற்படவில்லையா? என்று வினவுகின்றோம்.

தவிர, அவ்வைப் பிராட்டியாரும் திருவள்ளுவரையே அரண் செய்கின்றார் என்பதற்கு எடுத்துக்காட்டாக அவ்வையாரின் 'தையல் சொற்கேளேல்' என்கின்ற முதுமொழியை எடுத்துக்காட்டி, அதற்கு அரணாக வள்ளுவரின் 'பெண்வழிச் சேரல்' என்கின்ற

வாக்கைச் சுட்டிக்காட்டுகின்றார். "பேதமை என்பது மாதர்க்கு அணிகலம்" என்கிற பிராட்டியாரின் முதுமொழியையும் கூடவே குறிப்பிட்டிருக்கிறார்.

இதனால் நமது தோழர் தனது கடைசி ஆயுதத்தை ஏந்தி இருக்கின்றார் என்றே கூறவேண்டியிருக்கிறது. பெண்களும் பகுத்தறிவுள்ள - சிந்தனா சக்தியுள்ள மனித ஜீவன்தான் என்பதை ஒப்புக்கொள்ளும் எவரும் இம்மூன்றையும் ஒருக்காலும் நடுவுநிலைமை உள்ளவர் வாக்கென்றோ, உண்மையை ஆராய்ந்த அறிவுடையோர் வாக்கென்றோ ஒப்புக்கொள்ள முடியாதென்பதே நமது துணிபு. அங்ஙனம் இல்லையாயின், அவ்வக்கால நிலைக்கேற்றது என்றாவது சொல்லியாகவேண்டும். இங்கு, சற்று வாசகர்களுக்குச் சங்கடமுண்டாகும் என்பது நமக்குத் தெரியும்; ஆகிலும் குற்றமில்லை; முதலாவது அவ்வையும் வள்ளுவரும் சகோதரர்கள் என்பது ஒரு கதை. ஆதி என்கின்ற புலைச்சிக்கும், பகவன் என்கின்ற பார்ப்பானுக்கும் பிறந்த பிள்ளைகள் ஏழில் இவர்கள் இருவர் என்று அக்கதையே சொல்லுகின்றது. இவற்றுள் மற்றொரு விசேடம் என்னவென்றால், மேற்கண்ட ஆதிக்கும், பகவனுக்கும் புணர்ச்சி முடிந்ததும் பிள்ளை பிறந்ததாகவும், அதை அங்கேயே போட்டுவிட்டுப் போய்விட்டதாகவும் அக்கதை கூறுகின்றது - இது சம்பந்தமாக மற்றும் பலப்பல கதைகளும் உண்டு. அன்றியும், மற்றும் பலப்பல அவ்வைகள் இருந்தார்கள் என்றும் சிலர் கூறுவார்கள். எனினும், இது விஷயத்தில் புராணக்கூற்றையும் தெய்வீக மூடநம்பிக்கையையும் சற்று ஒதுக்கி வைத்துவிட்டு, மேற்கண்ட நீதி வாக்கியங்களும், குறள்களும் யாரால் சொல்லப்பட்டிருந்தாலும் அதையும் கவனியாமல், மேற்படி வாக்கியங்களை மாத்திரம் எடுத்துக்கொண்டு, அதுபோன்ற மற்ற வாக்கியங்களுக்குப் பொருள்காணுவது போலவே இவைகளுக்கும் பகுத்தறிவைக் கொண்டு பொருள் காணுவோமேயானால் மேற்கண்ட முதுமொழிகளின் கருத்தான "பெண்கள் சொல்லைக் கேட்கக்கூடாது" என்பதும், "அறியாமை என்பது பெண்களது ஆபரணம்" அதாவது, அவர்களின் தன்மைக்கு ஏற்றது என்பதும், "பெண்கள் இஷ்டப்படி நடக்கக்கூடாது" என்பதுமே பொருளாகி விளங்குகின்ற கருத்துகள்தான் காணக்கிடக்கும். இனி இதற்கு விசேட உரைகளும், தத்துவார்த்தங்களும் பலப்பல சொல்ல பல வித்துவான்கள் முந்தக்கூடும். ஆனாலும், தத்துவார்த்தமும், விசேட உரையும் சொல்ல முடியாத சப்தங்களும் எழுத்துகளும்,

வாக்கியங்களும், செய்யுள்களும் உலகத்தில் கிடைப்பது அரிது என்பது யாவரும் அறிந்ததாகும். ஆதலால், இதற்கு மாத்திரம் தத்துவார்த்தமும், விசேட உரையும் கொண்டு பொருள் கூற வரவேண்டிய காரணம் அறிவாளிகளால் ஒப்புக்கொள்ளக் கூடியதாகாது. அவ்வை முதுமொழியும், வள்ளுவர் குறளும் யார் சொன்னார்கள் என்பது இங்குக் காணவேண்டிய விஷயமல்ல. மற்றபடி, இவ்விரண்டும் நீதி நூல்களில் சிறந்ததாக எடுத்துக் கொள்ளப்பட்டிருக்கின்றன. ஆதலால், இதைப்பற்றிப் பேசவே இங்கு முன் வருகிறோம். இதில் குறுக்கே நிற்கும் சங்கடம் என்னவென்றால், இவ்வளவு உயர்ந்த தத்துவங்களைக் கொண்ட நீதிகளை உணர்ந்தவர்கள், இவ்வளவு பெரிய பிழைகளை இழைத்திருப்பார்களா? என்னும் விஷயமாகும். ஆனால், எல்லா விஷயங்களுக்கும் இவ்வாயுதத்தை உபயோகிக்க முற்படுவதால், அவ்வாயுதம் சில சமயங்களில் உபயோகிப்பவர்களையே மோசம் செய்துவிடக்கூடும். அல்லாமலும், காலதேசவர்த்தமானத்தைக் கொண்டுதான் யாரும் எதையும் சொல்லியிருக்க முடியுமேயல்லாமல், பார்ப்பனர்கள் சொல்வதுபோல் எதையும் கடவுள் சொன்னார் என்பதும், அது எக்காலத்திற்கும் ஏற்றது என்பதும் இக்காலத்திற்கும் பொருத்தமற்றதாகும். இவ்வாறு பெரியார்களும், உண்மையாய் இருந்தாலும், இல்லாவிட்டாலும் இந்நீதி நூல்கள் சொல்லப்பட்ட காலம் ஆரிய ஆதிக்கம் பரவியிருந்த காலம் என்பதையாவது ஒவ்வொருவரும் ஒப்புக்கொண்டுதான் ஆகவேண்டும். தவிர, அவ்வைப் பிராட்டியார் பெயராலோ, வள்ளுவர் பெயராலோ சொல்லப்பட்ட நீதிகளை ஆக்கிய கர்த்தர்கள் நம்மைப் போன்ற மனிதத்தன்மை வாய்ந்தவர்கள் என்பதை முதலாவதாக ஏற்றுக் கொள்ள வேண்டும். அந்த இடத்தில் மேலே குறிப்பிட்டது போல் தெய்வத்தன்மைகள் என்று சொல்லப்படுவதை அதாவது, மனிதத்தன்மைக்கு மேற்பட்டது என்பதையும் மூட்டை கட்டி வேறாக வைத்துவிட்டுப் பார்த்தால்தான் உண்மை விளங்கும். அப்படியில்லாவிட்டால், யாரும் எதையும் சொல்ல இடமேற்பட்டுவிடும். ஆகவே, அப்படிப் பார்த்தால்தான் இவர்கள் இப்படிச் சொன்னதற்கு நியாயம் கிடைக்கும். அதாவது அக்காலத்திய நிலைமைக்கு யாராயிருந்தாலும் நீதி இப்படித்தான் சொல்லி இருக்க முடியும் என்கின்ற முடிவு காணலாம். எப்படியென்றால், 'கம்பர்' அறிவுத்திறமுடைய கவி என்பதில் யாருக்கும் வேறுபாடு இராது. ஆனாலும், அப்படிப்பட்ட கம்பர் ராமாயணம் பாடினார் என்றால், ஆரியர் செல்வாக்குக் காலத்தில், ஆரிய ஆதிக்கத்தில்

மக்களுக்கு உணர்ச்சி உள்ள காலத்தில் பாடியதானதால், அதில் வான்மீகி உரைத்த கருத்துகளை மாற்றி அதிலுள்ள ஆபாசங்களை எல்லாம் நீக்கி, ஆரியர்களுக்கு முழு உயர்வையும், ஆதிக்கத்தையும் வைத்து மக்கள் கொண்டாடும்படியாகப் பாடியிருக்கின்றார். அதுபோலவே, இப்பொழுதும்கூட எவ்வளவு அறிவு முதிர்ச்சியும், ஆராய்ச்சி முதிர்ச்சியும் பல பண்டிதர்களுக்கு இருந்தாலும் ஆரிய ஆதிக்கத்தை மறுப்பதற்குப் பயப்படுகின்றார்கள்; ஆரிய உயர்வையே பேசுகின்றார்கள். காரணம், 'ஆரியருக்குப் பயந்தல்ல' என்று சொல்லிக் கொண்டாலும், அவர்களுக்கு ஏற்பட்ட ஆரியப் பழக்க வழக்கமும், ஆரியர் கதைகளையே படிப்பதும், ஆரிய ஆதிக்கத்திற்கு ஏற்படுத்தின கடவுள்தன்மைகளையே வணங்கி வருவதும், ஆரியக் கதையை ஆதரித்துப் பாடுவதும், எழுதுவதும் ஆகிய குணங்களே இப்படித்தான் நடக்கச் செய்யும். எனவே, இம்முறையில் குழந்தைப் பருவம் முதல் வளர்ந்து சரீரத்தின் மூலமாகவும், மயிர்க்கால்கள் மூலமாகவும் ஆரியத்தன்மையை ஏற்றுக்கொண்டு மூளையை நிரப்பி வைத்திருப்பவர்கள் என்ன செய்யக்கூடும்? ஆதலால், அவர்கள் பரிசுத்தத் தன்மையும், மேன்மையும் உற்றவர்களானால், அக்காலத்திற்கேற்ப கூறினார் என்பதோடு முடித்து விடுவதே நன்று. அப்படி இல்லாமல், எக்காலத்திற்கும் ஏற்றது என்போமாயின் அவைகள் குற்றம் குற்றமே. 'நெற்றிக்கண்ணைக் காட்டினும் குற்றம் குற்றமே'தான்.

பின்பு, நமது தோழர் சமத்துவம் என்பது பற்றி என்ன என்னமோ அவசியமில்லாத அநேகவற்றைச் சொல்லுகின்றார். அதைப்பற்றி இங்கு இது சமயம் ஒரு விவகாரம் வைத்துக்கொள்ளவும் அவ்வளவு அவசியமில்லை. என்றாலும், கடைசியாக அவர் குறிப்பிடும் சமத்துவக் கொள்கையாவது என்ன என்று எடுத்துப் பார்த்தாலும் அதிலும் முற்றும் முறையாகச் சொல்லாமல் நழுவிவிட்டார் என்றே கூறவேண்டும். அதாவது, "பெண்மக்கள் தமது உரிமையையும், தேவையையும் ஆண்மக்கள் தடை யில்லாமலும், பெண்ணின தடையின்றி அவர்களுக்குத் துன்பமில்லாமல் பெறுதலும், ஒருவருக்கொருவர் உதவி செய்து வாழ்வதும் ஆண்-பெண் சமத்துவமாகும்" என்று சொல்லுகிறார்.

ஆனால், அதே மூச்சில், "ஆண் உரிமை யாது? பெண் உரிமை யாது? அன்னாரின் தனித்தனி தேவைகள் யாவை? என்பதைப்பற்றி ஆராய்வது வேறொன்று விரித்தலாகும்" என்று சொல்லிவிட்டார்.

இவ்வியாச விவகாரத்தின் ஜீவநாடி ஆண் உரிமை என்ன? பெண் உரிமை என்ன? இவ்விரண்டிற்கும் ஏன் வித்தியாசம் இருக்க வேண்டும்? என்பதேயாகும். அப்படி இருக்க, நமது தோழர் அதை ஆராய்வது வேறொன்று விரித்தல் என்னும் குற்றமாகிவிடும் என்பது, 'உள்ளதை விரிக்கப் பயந்து மறைத்தல்' என்கின்ற குற்றத்திற்கு ஆளாகுமே தவிர வேறில்லை என்று சொல்ல வருந்துகிறோம்.

தவிர, "ஆணின் தன்மை வீரம், வன்மை, கோபம், ஆளுந்திறம் கொண்டும் விளங்குகிறது" என்றும், "பெண்ணின் தன்மை அன்பு, மேன்மை, சாந்தம், பேணுந்திறம் கொண்டு விளங்குகிறது" என்றும் சொல்லுகின்றார். இம்முடிவுதான் நமது தோழர், திருவள்ளுவருக்கு வக்காலத்துப் பெற்று மறுப்பெழுத முன்வரச் செய்துவிட்டதென்பது இப்பொழுது நமக்கு நன்றாய் விளங்குகின்றது.

வன்மை, கோபம், ஆளுந்திறம் ஆண்களுக்குச் சொந்தமென்றும், சாந்தம், அமைதி, பேணுந்திறம் பெண்களுக்குச் சொந்தமென்றும் சொல்வதானது - வீரம், வன்மை, கோபம், ஆளுந்திறம் புலிக்குச் சொந்தமென்றும், சாந்தம், அமைதி, பேணுந்திறம் ஆட்டுக்குச் சொந்தமென்றும் சொல்வது போன்றதே ஒழிய வேறில்லை. நாம் வேண்டும் பெண்உரிமை என்பது என்னவெனில், ஆணைப் போலவே பெண்ணுக்கும் வீரம், வன்மை, கோபம், ஆளுந்திறம் உண்டென்பதை ஆண்மக்கள் ஒப்புக்கொள்ள வேண்டும் என்பதேயாகும்.

அன்றியும், மனித சமூக வளர்ச்சிக்கு இருபாலருக்கும் நமது தோழர் குறிப்பிட்ட இருபாலார் குணங்களும் சமமாக இருக்கவேண்டும் என்பதே நமது கருத்தாகும். இருபாலாருக்கும் சமமாகவே இருக்க இயற்கையில் இடமும் இருக்கின்றது. ஆனால், அது செயற்கையால் - ஆண்களின் சுயநலத்தால் -சூழ்ச்சியால் மாறுபட்டு வருகின்றது.

கர்ப்பமாக பத்து மாதம் சுமந்து பிள்ளை பெறுகின்ற குணம் பெண்களுக்கு இருப்பதாலேயே பெண்கள் நிலை ஆண்களைவிட எந்தவிதத்திலும் அதாவது, வீரம், கோபம், ஆளுந்திறம், வன்மை முதலியவைகளில் மாறுபட்டுவிட வேண்டியதில்லை என்றே சொல்வோம். கர்ப்பம் தரித்து பிள்ளை பெறாத காரணத்தாலேயே ஆண்மக்களுக்கு அன்பும், சாந்தமும், பேணுந்திறமும் பெண்களைவிட மாறுபட்டதாகி விடாதென்றும் சொல்லுவோம்.

உண்மையான சமத்துவத்திற்கு மதிப்புக் கொடுப்போமானால், உண்மையான அன்பு இருக்குமானால், பிள்ளையைச் சுமந்து பெறும் வேலை ஒன்று தவிர, மற்ற காரியங்கள் இருபாலாருக்கும் ஒன்றுபோலவே இருக்கும் என்பது உறுதி.

தவிர, 'தற்கொண்டாள்' என்பதற்கு அன்பைக் கொண்டவள் என்கின்ற பொருளை வருவித்துக்கொள்வது இங்கு வள்ளுவருக்குக் காப்புச் செய்யக் கருதியதாகுமே அல்லாமல் குறளுக்கு நீதி செய்ததாகாது.

அன்றியும், பெண்ணிடமிருந்து ஆண் அறியவேண்டிய குணம் ஒன்றும் இல்லையென்பதும் அப்படியிருந்தால்தான் 'தற்கொண்டாள்' என்பதாகச் சொல்லலாம் என்பதும் பொருத்தமற்றது என்றே சொல்லலாம்.

அதுபோலவே, 'தொழுதெழுவதையும்' ஆணுக்குக் குறிப்பிட்ட நியதி இல்லையென்பதும் பொருத்தமற்றதே ஆகும். பெண்ணைக் கொள்ள ஆணுக்கு உரிமையிருந்தால், ஆணைக் கொள்ளப் பெண்ணுக்கு உரிமை வேண்டும். ஆணைத் தொழுதெழ வேண்டும் என்று பெண்ணுக்கு நிபந்தனையிருந்தால், பெண்ணையும் ஆண் தொழுதெழ வேண்டும். இதுதான் ஆண்-பெண் சரிசம உரிமை என்பது.

இஃதில்லாது எதுவானாலும் சுயநன்மையும் மூர்க்கமுமே அல்லாமல் அன்பு அல்லவென்றே சொல்லிவிடுவோம்.

தவிர, நமது தோழர் அவர்கள் குறளில் ஆண்களுக்கும் வள்ளுவர் கற்பு கூறியிருப்பதாகச் சொல்லுகின்றார். இருக்கலாம்; ஆனாலும், பெண்களுக்குக் கூறியதுபோல் இல்லை என்றுதான் சொல்கிறோம். அதாவது, ஆண்களின் கற்புக்கு நமது தோழர் அவர்கள் இரண்டு குறள்களை எடுத்துக்காட்டாக கூறியிருக்கிறார். அவை:

"சிறைகாக்கும் காப்பெவன் செய்யும் மகளிர்
நிறைகாக்கும் காப்பே தலை"

"நிறைநெஞ்ச மில்லவர் தோய்வர் பிறநெஞ்சிற்
பேணிப் புணர்பவர் தோள்"

இவைகளை ஆண்கள் கற்பை வலியுறுத்தக் கூறியதாகக் கூறுகிறார் போல் காண்கிறது. இவைகள் அதற்காகக் கூறியதல்ல

என்பது நமது அபிப்பிராயம். அதாவது முதற்குறளுக்கு "காவலினால் பெண்கள் கற்பாயிருப்பதால் பயனில்லை; பெண்கள் தாங்களாகவே கற்பாயிருக்க வேண்டும்" என்பதுதான் கருத்தாக இருக்கலாம் என்று கருதுகிறோம்.

இரண்டாவது குறள், விலைமாதரைப் புணர்கின்றவர்க்குக் கூறிய பழிப்புரையே அல்லாமல் காதல் கொண்ட மற்றப் பெண்களைக் கூடித்திரியும் ஆண்களைக் குறித்துக் கூறியதல்ல என்பது நமது அபிப்பிராயம். நிறை என்கின்ற வார்த்தை மாத்திரம் காணப்படுகின்றதே தவிர நிர்பந்தமில்லை. ஆகவே, இருபாலாருக்கும் சம நிபந்தனை குறளில் இல்லை என்பதற்கு மற்றும் பல குறள்களையும் நாம் கூறக்கூடும்.

தவிர, கடைசியாக நமது தோழர் நமக்கு உணர்த்தும் அறிவுக்கு நாம் அவருக்கு நன்றி கூறக் கடமைப்பட்டிருக்கிறோம். அவர் விரும்புவது போலவே ஆன்றோர் நூல்களில் அய்யம் தோன்றும் இடங்களில் அய்ய வினாவாகவே எழுதி வருகிறோம். ஆனால், இக்கற்பு விஷயத்தில் நாம் குறிப்பிட்ட குறளின் கருத்தில் நமக்கு அய்யமில்லை என்று கருதுவதோடு, நமது கூற்றுக்கு ஆதரவாக மற்றும் சில அறிஞர்களின் கருத்தையும் பெற்றோம் என்பதையும் தெரிவித்துக் கொள்ளுகிறோம்.

மற்றும், குறள் விஷயத்திலும், குறளாசிரியர் விஷயத்திலும் நாம் கொண்டுள்ள பக்தி நமது தோழர் கொண்டுள்ள பக்திக்கு மீறியதல்லவானாலும் குறைந்ததல்ல என்பதையும் பணிவுடன் தெரிவித்துக் கொள்ளுகின்றோம். அதற்கு அநேக சான்றுகள் உண்டு. மற்றபடி நமது தோழர் குறிப்பிட்ட கடைசி குறள்கள் இரண்டையும்பற்றி அதாவது பெரும்பான்மை மக்களது கருத்துக்கு மாறுபடுவதும் பெரியோரிடம் குறைகாணுவதும் மடமை என்கின்ற பொருள் கொண்ட வேறு இரண்டு குறள்பற்றி நாம் சிறிதும் கவலைப்படவில்லை. ஏனெனில், சரி என்று பட்டதைச் சொல்லும் தன்மை எவனிடமிருந்தாலும் அவன் இக்குறள்கள் மாத்திரமல்ல இதுபோன்ற வகைகள் பலவற்றிற்கும் மற்றும் அநேக காரியங்களுக்கும் தயாராயிருக்க வேண்டியவன்தான் என்கின்ற முடிவால் கவலைப்படவில்லை.

(குடியரசு, 12.2.1928)

காதல்

அன்பு, ஆசை, நட்பு என்பனவற்றின் பொருளைத் தவிர, வேறு பொருளைக் கொண்டதென்று சொல்லும்படியான காதல் என்னும் ஒரு தனித்தன்மை ஆண்-பெண் சம்பந்தத்தில் இல்லையென்பதை விவரிக்கவே இவ்வியாசம் எழுதப்படுவதாகும். ஏனெனில், உலகத்தில் காதலென்பதாக ஒரு வார்த்தையைச் சொல்லி, அதனுள் ஏதோ பிரமாதமான தன்மையொன்று தனிமையாக இருப்பதாகக் கற்பித்து மக்களுக்குள் புகுத்தி அனாவசியமாய் கூட்டு வாழ்க்கையின் பயனை மங்கச்செய்து காதலுக்காக என்று இன்பமில்லாமல், திருப்தியில்லாமல் தொல்லைப்படுத்தப்பட்டு வரப்படுகிறதை ஒழிக்க வேண்டும் என்பதற்காகவே ஆகும்.

ஆனால், காதலென்றாலென்ன? அதற்குள்ள சக்தி என்ன? அது எப்படி உண்டாகின்றது? அது எதுவரையில் இருக்கின்றது? அது எந்தெந்த சமயத்தில் உண்டாவது? அது எவ்வப்போது மறைகின்றது? அப்படி மறைந்து போய் விடுவதற்குக் காரணமென்ன? என்பதைப் போன்ற விஷயங்களைக் கவனித்து ஆழ்ந்து யோசித்துப் பார்த்தால் காதலென்பதன் சத்தற்ற தன்மையும், உண்மையற்ற தன்மையும், நிச்சயமற்ற தன்மையும், அதை (காதலை)ப் பிரமாதப்படுத்துவதன் அசட்டுத்தனமும் ஆகியவைகள் எளிதில் விளங்கிவிடும்.

ஆனால், அந்தப்படி யோசிப்பதற்கு முன்பே இந்தக் காதலென்கின்ற வார்த்தையானது இப்போது எந்த அர்த்தத்தில் பிரயோகிக்கப்படுகின்றது? உலக வழக்கில் அதெப்படி பயன்படுத்தப்பட்டு வருகின்றது? இவற்றிற்கென்ன ஆதாரம்? என்பவைகளைத் தெரிந்து ஒரு முடிவு கட்டிக் கொள்ள வேண்டியது அவசியமாகும்.

இன்றைய தினம் காதலைப்பற்றிப் பேசுகிறவர்கள், “காதலென்பது அன்பல்ல, ஆசையல்ல, காமமல்ல” என்றும்,

“அன்பு, நேசம், ஆசை, அது ஒரு காமம், மோகம் என்பவை வேறு, காதல் வேறு” என்றும், ஆணுக்கும், பெண்ணுக்கும் தங்களுக்குள் நேரே விவரித்துச் சொல்ல முடியாத ஒரு தனிக் காரியத்திற்காக ஏற்படுவதாகும்” என்றும், அதுவும் “இருவருக்கும் இயற்கையாய் உண்டாகக் கூடியதாகும்” என்றும், “அக்காதலுக்கு இணையானது உலகத்தில் வேறு ஒன்றுமில்லை” என்றும், “அதுவும் ஒரு ஆணுக்கு ஒரு பெண்ணிடமும், ஒரு பெண்ணுக்கு ஒரு ஆணிடமும் மாத்திரந்தான் இருக்க முடியும்” என்றும், அந்தப்படி “ஒருவரிடம் - ஒருவருக்குமாக இருவருக்கும் ஒரு காலத்தில் காதல் ஏற்பட்டுவிட்டால் பிறகு எந்தக் காரணங்கொண்டும் எந்தக் காலத்திலும் அந்தக் காதல் மாறவே மாறாது” என்றும், பிறகு வேறொருவரிடம் காதல் ஏற்பட்டுவிட்டால், அது காதலாயிருக்க முடியாது; அதை விபச்சாரமென்றுதான் சொல்லவேண்டுமெ ஒழிய, அது ஒருக்காலும் காதலாகாது” என்றும் மற்றும் “ஒரு இடத்தில் உண்மைக்காதல் ஏற்பட்டு விட்டால், பிறகு யாரிடமும் காமமோ, விரகமோ, மோகமோ ஏற்படாது’ என்றும் சொல்லப்படுகின்றன.

மேலும், இந்தக் காதல் காரணத்தினாலேயே ஒரு புருஷன் ஒரே மனைவியுடனும், ஒரு மனைவி ஒரே ஒரு புருஷனுடனும் மாத்திரமிருக்க வேண்டியதென்றும் கற்பித்து, அந்தப்படி கட்டாயப்படுத்தியும் வரப்படுகின்றது.

இதன் பலாபலன் எப்படியிருந்தாலும் இந்தப்படி சொல்கின்றவர்களை எல்லாம் உலகனுபவமும், மக்கள்தன்மையின் அனுபவ ஞானமுமில்லாதவர்களென்றோ, அல்லது இயற்கைத்தன்மையையும் உண்மையையும் அறியாதவர்கள் என்றோ, அல்லது உண்மையறிந்தும் வேறு ஏதாவதொரு காரியத்திற்காக வேண்டி வேண்டுமென்றே மறைக்கின்றவர்கள் என்றோதான் கருத வேண்டியிருக்கின்றது.

அன்றியும், இம்மாதிரி விஷயங்களைப்பற்றி நாம் சொல்லும் மற்றொரு விஷயம் என்னவென்றால், இன்று பெரும்பான்மை மக்கள் ‘காதலன்-காதலியாக’ வாழ்வதன் தன்மையெல்லாம் வேறு ஒருவர் ஜோடி பார்த்துச் சேர்த்ததும், பிள்ளைகளைப் பெறுவதற்கென்றும், வீட்டு வாழ்க்கையின் உதவிக்கென்றும், இயற்கை உணர்ச்சிக்கும், பரிகாரத்திற்கென்றும் சேர்க்கப்படுகின்ற ஜோடிகளாகத்தான் இருந்து வருகிறதே தவிர, தங்கள் காதல் மிகுதியால், காதல் தெய்வத்தால் கூட்டுவித்தைக் காணுவது அருமையாக இருக்கிறது. இது எப்படி இருந்தாலும் எந்தக்

காரணத்திற்கு ஆனாலும், ஒரு ஆணின் அல்லது ஒரு பெண்ணின் அன்பு, ஆசை, காதல், காமம், நட்பு, நேசம், மோகம், விரகம் முதலியவைகளைப்பற்றி மற்றொரு பெண்ணோ, ஆணோ மற்றும் மூன்றாமவர்கள் யாராயினும் பேசுவதற்கோ, நிர்ணயிப்பதற்கோ நிர்ப்பந்திப்பதற்கோ சிறிதுகூட உரிமையே கிடையாது என்றும் சொல்லுகிறோம்.

இன்னும் சிறிது வெளிப்படையாய், தைரியமாய் மனித இயற்கையையும், சுதந்திரத்தையும், சுபாவத்தையும், அனுபவத்தையும் கொண்டு பேசுவதானால், இவையெல்லாம் ஒரு மனிதன் தனக்கு இஷ்டமான ஒரு ஓட்டலில் சாப்பிடுவது போலவும், தனக்குப் பிடித்த பலகாரக் கடையில் பலகாரம் வாங்குவது போலவும், அவனுடைய தனி இஷ்டத்தையும் மனோபாவத்தையும் திருப்தியையும் மாத்திரமே சேர்ந்ததென்றும், இவற்றுள் மற்றவர்கள் பிரவேசிப்பது அதிகப்பிரசங்கித்தனமும், அனாவசியமாய் ஆதிக்கம் செலுத்துவதும் ஆகுமே என்றுதான் சொல்லவேண்டும்.

இப்படிச் சொல்லப்படுவதுகூட இவ்வளவு பெருமையையும் அணியையும், அலங்காரத்தையும் கொடுத்துப் பேசப்பட்ட காதல் என்பதை முன்குறிப்பிட்டபடி, அதென்ன? அதெப்படி உண்டாகி மறைகின்றது? என்பதை யோசித்துப் பார்த்தால் யாவருக்கும் சரியென்று விளங்கிவிடும்.

காதல் என்கின்ற வார்த்தை தமிழா? வடமொழியா? என்பது ஒருபுறமிருந்தாலும், தமிழ்மொழியாகவே வைத்துக்கொண்டாலும் அதற்கு ஆண், பெண் கூட்டுத் துறையில் அன்பு, ஆசை, ஆவல், நட்பு, நேசம், விரகம் என்பவைகளைத் தவிர, வேறு பொருள்கள் எங்கும் எதிலும் காணப்படவில்லை.

அன்றியும், அகராதியில் பார்த்தாலும் மேற்கண்ட பொருள்களைத் தவிர வடமொழி மூலத்தை அனுசரித்தால் காதலென்பதற்குக் கொலை, கொல்லல், வெட்டுதல், முறித்தல் என்கின்ற பொருள்கள்தான் கூறப்பட்டிருக்கின்றன. மற்றபடி, தனித் தமிழ்மொழியில் பார்த்தாலும் ஆண்-பெண் சேர்க்கை, கூட்டு முதலாகியவை சம்பந்தமான விஷயங்களுக்கும், அன்பு, ஆசை, நட்பு, நேசம் என்பவைகளுக்கும் தவிர, வேறு தமிழ் மொழியிலும் நமக்குக் காணப்படவில்லை. இவைகளுடன் காதலென்பதைச் சேர்த்துக் கொண்டாலும் இக்கருத்துகளையேதான் மாற்றி மாற்றி

ஒன்றுக்கு மற்றொன்றாகக் கூறப்படுகின்றதே தவிர, காதலுக்கென்று வேறு பொருள் காணப்படவில்லை.

ஆதலால், இவைகளன்றிக் காதலென்பதற்கு வேறு தனி அர்த்தம் சொல்லுகிறவர்கள், அதை எதிலிருந்து, எந்தப் பிரயோகத்திலிருந்து கண்டுபிடித்தார்களென்பது நமக்கு விளங்கவில்லை.

நிற்க, இப்படிப்பட்ட காதலானது ஒரு ஆணுக்கோ, பெண்ணுக்கோ எப்படியுண்டாகிறது? இது தானாகவே உண்டாகின்றதா அல்லது மூன்றாவது மனிதனுடைய பிரவேசத்தைக் கொண்டு உண்டாகின்றதா? ஒரு சமயம் தானாகவே உண்டாவதென்றால், எந்தச் சந்தர்ப்பத்தில், எந்த ஆதாரத்தின்மீது என்பவைகளைக் கவனித்தால், பெண் ஆணையோ, ஆண் பெண்ணையோ தானே நேரில் பார்ப்பதாலும், அல்லது தான் மூன்றாவது மனிதர்களால் கேள்விப்படுவதாலும், உருவத்தையோ, நடவடிக்கையையோ, யோக்கியதையையோ வேறு வழியில் பார்க்க நேரிடுவதாலுமேதான் உண்டாகக்கூடுமே தவிர, இவைகள் அல்லாமல் வேறு வழியாக என்று சுலபத்தில் சொல்லிவிட முடியாது.

இந்தப்படியும் ஒரு ஆணுக்கு ஒரு பெண்ணிடத்தில் காதலேற்பட்டு, அந்தப் பெண்ணுக்கு அந்த ஆணிடத்தில் காதலேற்படாமல் போனாலும் போகலாம். இந்தப்படியே ஒரு பெண்ணுக்கு ஒரு ஆணிடத்தில் காதலேற்பட்டு அந்த ஆணுக்கு அந்தப் பெண்ணிடம் காதலேற்படாமல் போனாலும் போகலாம். ஆகவே, எப்படி ஒரு மனிதன் ஒரு வஸ்துவைப் பார்த்த மாத்திரத்தில், கேட்ட மாத்திரத்தில், தெரிந்த மாத்திரத்தில் அந்த வஸ்து தனக்கிருக்கலாம் - தனக்கு வேண்டும் என்பதாக ஆசைப்படுகின்றானோ, ஆவல் கொள்கின்றானோ அதுபோலவேதான் இந்தக் காதலென்பதும் ஏற்படுவதாய் இருக்கின்றதே தவிர, வேறு எந்த வழியிலாவது ஏற்படுகின்றதா என்பது நமக்குப் புலப்படவில்லை.

எப்படிப்பட்ட காதலும் ஒரு சுய லட்சியத்தை அதாவது தனதிஷ்டத்தை - திருப்தியைக் கோரித்தான் ஏற்படுகின்றதே தவிர வேறில்லை என்பதும், காதலர்கள் என்பவர்களின் மனோபாவத்தைக் கவனித்தால் விளங்காமல் போகாது.

அதாவது, அழகைக் கொண்டோ, பருவத்தைக் கொண்டோ, அறிவைக் கொண்டோ, ஆஸ்தியைக் கொண்டோ, கல்வியைக் கொண்டோ, சங்கீதத்தைக் கொண்டோ, சாயலைக் கொண்டோ, பெற்றோர் பெருமையைக் கொண்டோ, தனது போக

போக்கியத்திற்குப் பயன்படுவதைக் கொண்டோ அல்லது மற்ற ஏதோவொரு திருப்தியையோ அல்லது தனக்குத் தேவையான ஒரு காரியத்தையோ, குணத்தையோ கொண்டோதான் யாரும் எந்தப் பெண்ணிடமும், ஆணிடமும் காதல் கொள்ள முடியும். அப்படிப்பட்ட அந்தக் காரியங்களெல்லாம் ஒருவன் காதல் கொள்ளும்போது அவன் அறிந்தது உண்மையாகவும் இருக்கலாம் - அல்லது அங்கிருப்பதாக அவன் நினைத்துக் காதல் கொண்டிருந்தாலும் இருக்கலாம் - அல்லது வேஷமாத்திரத்தால் காட்டப்பட்ட ஒன்றினால் இருந்தாலும் இருக்கலாம்.

உதாரணமாக ஒரு நந்தவனத்தில் ஒரு பெண் உல்லாசமாய் உலாவுவதை ஒரு ஆண் பார்க்கிறான். பார்த்தவுடன் அந்தப் பெண்ணும் பார்க்கிறாள். இரண்டு பேருக்கும் இயற்கையாய் கவனிப்பு உண்டாகிவிட்டது. பிறகு "நீ யாரென்று" இவர்களில் யாரோ ஒருவர் கேட்கிறார்கள். பெண் தன்னை ஒரு அரசன் குமாரத்தியென்று சொல்லுகிறாள். உடனே ஆண் காதல் கொண்டு விடுகிறான். இவனை யாரென்று கேட்கிறாள். இவன் தானொரு சேவகனுடைய மகனென்று சொல்கிறான். உடனே அவளுக்கு அசிங்கப்பட்டு, வெறுப்பேற்பட்டுப் போய் விடுகிறது. இது சாதாரணமாய் நிகழும் நிகழ்ச்சி, இங்கு ஏற்பட்ட காதல் எதை உத்தேசித்தது?

நிற்க, அவன் தன்னைச் சேவகன் மகனென்று சொல்லாமல், தானும் ஒரு பக்கத்துத் தேசத்து ராஜகுமாரனென்று சொல்லிவிட்டால் அவளுக்கு அதிகக் காதலேற்பட்டு, 'மறு ஜென்மத்திலும்' இவனைவிட்டுப் பிரியக்கூடாதென்று கருதி விடுகிறாள். 4 நாள் பொறுத்த பின்பு, தான் காதல் கொண்டவன் அரசகுமாரன் அல்லவென்றும், சேவகன் மகனென்றும் அறிந்தாளென்றும் வைத்துக்கொள்ளுவோம். இந்த நிலையில் அந்தக் காதல் அப்படியே இருக்குமா? அல்லது இருந்தாக வேண்டுமா? என்பதை யோசித்துப் பார்த்தால் காதலேற்படும் தன்மையும், மறுக்குந்தன்மையும் விளங்கும். இந்தப்படிக்கே ஒரு பெண்ணை நோயில்லாதவளென்று கருதி ஒருவன் காதல் கொண்ட பின் நோயுடையவள் என்று தெரிந்து, அல்லது ஒரு தாசி என்று தெரிந்து அல்லது தன்னை மோசம் செய்து தன்னிடம் உள்ள பொருளை அபகரிப்பவள் என்று தெரிந்து, இதுபோலவே இன்னமும் தான் முதலில் நினைத்ததற்கு அல்லது தனது நன்மைக்கும், திருப்திக்கும், இஷ்டத்திற்கும் விரோதமாகவோ, தான் எதிர்பார்க்காத கெட்ட காரியத்திற்கு அனுகூலமாகவோ ஏற்பட்டுவிட்டதாய்த் தெரிந்துவிட்டால் அந்தக் காதல் பயன்படுமா? அதை எவ்வளவுதான் கட்டிப்

போட்டாலும் அது மாற்றமடையாமல் இருக்க முடியுமா? என்பவைகளை யோசித்தால், 'உண்மைக் காதலின் நிலையற்ற தன்மை' விளங்காமல் போகாது.

நிற்க, உண்மைக் காதல் என்பது ஒருவரை ஒருவர் பார்த்தவுடன் உண்டாகுமா? அல்லது கொஞ்சநாளாவது பழகியவுடன் உண்டாகுமா? பார்த்ததும் ஏற்பட்ட காதல் உயர்வானதா? அல்லது சிறிது நாள் பழகிய பின் ஏற்படும் காதல் உயர்வானதா? சரீரத்தைக்கூடச் சரியாய்த் தெரிந்து கொள்ளாமல் தூர இருந்து பார்ப்பதாலேயே ஏற்படும் காதல் நல்லதா? அல்லது சரீரத்தின் நிலை முதலியவைகள் தெரிந்து, திருப்தியடைந்த காதல் நல்லதா? என்பவைகளைக் கவனிக்கும்போது, சரீர மாறுபாட்டாலும், பொருத்தமின்மையாலும் ஏன் எப்படிப்பட்ட உண்மைக் காதலும் மாற முடியாது என்பதற்கு என்ன விடை பகர முடியும்? அல்லது உண்மையாகவே ஒருத்தன் ஒருத்தியுடன் காதல் கொண்டு விட்டால், ஒருத்தி தப்பாய் அதாவது வேறு ஒருவனிடம் காதல் கொண்டுவிட்டதாகக் கருத நேர்ந்தால் அது பொய்யாகவோ, மெய்யாகவோ இருந்தாலும் தன் மனதுக்குச் சந்தேகப்படும்படியாய் விட்டால், அப்போதுகூட காதல் மாறாமல் இருந்தால்தான் உண்மைக் காதலா? அல்லது தன் மனம் சந்தேகப்பட்டால் அதிருப்தி அடைந்தால் நீங்கி விடக்கூடிய காதல் குற்றமான காதலா என்பதற்கு என்ன மறுமொழி பகர முடியும்?

காதல் கொள்ளும்போது காதலர்கள் நிலைமை, மனப்பான்மை, பக்குவம், லட்சியம் ஆகியவைகள் ஒரு மாதிரியாக இருக்கலாம். பிறகு, கொஞ்ச காலம் கழிந்த பின்பு இயற்கையாகவே பக்குவம், நிலைமை, லட்சியம் மாறலாம். இந்தச் சந்தர்ப்பங்களிலும் காதலுக்காக ஒருவருக்கொருவர் விட்டுக் கொடுத்து சதா அதிருப்தியில் - துன்பத்தில் அழுந்த வேண்டியதுதானா என்று பார்த்தால் அப்போதும் காதலுக்கு வலுவில்லாததையும், அது பயன்படாததையும் காணலாம்.

ஒரு ஜதை காதலர்களில் அவ்விருவரும் ஞானிகளாய் - துறவிகளாய் விட்டார்களானால், இந்தச் சந்தர்ப்பத்தில் ஒருவரையொருவர் பிரிவதும், வெறுப்பதும் காதலுக்கு விரோதமாகுமா? விரோதமாகுமானால் அப்படிப்பட்ட காதல் பயன்படுமா? விரோதமில்லையானால் ஒருவர் ஞானியாகித் துறவியாகிவிட்டதால், மற்றவரை விட்டுப் பிரிந்து செல்வது காதலுக்கு விரோதமாகுமா? என்பதும் கவனித்தால், காதலின்

யோக்கியதை விளங்காமல் போகாது. பொதுவாக மனித ஜீவன் ஒன்றைப் பார்த்து, நினைத்து ஆசைப்படுவதும், ஒன்றிடம் பலவற்றினிடம் அன்பு வைப்பதும், நேசம் காட்டுவதும் இயற்கையேயாகும்.

அதுபோலவே, மனிதனுக்கு தானாகவே எதிலும் விரக்தி வருவதும், வெறுப்புக் கொள்வதும், பிரிவதும் இயற்கையாகும். பலவீனமாய் இருக்கும்போது ஏமாந்து விடுவதும், உறுதி ஏற்பட்ட பின்பு தவறுதலைத் திருத்திக்கொள்ள முயற்சிப்பதும், அனுபவ ஞானமில்லாதபோது கட்டுப்பட்டு விடுவதும், அனுபவம் ஏற்பட்ட பிறகு விடுதலை செய்துகொள்ள முயல்வதும் இயற்கையல்லவா?

உதாரணமாக ஒரு வாலிபன் ஏமாந்து ஒரு தாசியிடம் காதல் கொண்டு சொத்துகளையெல்லாம் கொடுத்து விடுவதைப் பார்க்கிறோம். அந்த வாலிபனுக்கு அந்தத் தாசியிடம் ஏற்பட்டது காதல் என்பதா? அல்லது காமம் அறிவீனத்தால் அடைந்த ஏமாற்றம் என்பதா? அதே தாசி சில சமயத்தில் தனக்குத் தாசித் தொழில் பிடிக்காமல், இந்த வாலிபனிடமே நிரந்தரமாயிருந்து காலத்தைக் கழிக்கலாம் என்று கருதிவிடுவதைப் பார்க்கின்றோம். ஆகவே, இந்தத் தாசி கொண்டது காதலா? அல்லது வாழ்க்கைக்கு ஒரு சவுகரியமான வழியா? இதை வாலிபன் அறியாமல் நேசத்தை வளர்த்துக்கொண்டே வந்தால் ஒத்த காதலாகி விடுமா? இப்படியெல்லாம் பார்த்தால் காதல் என்பது ஆசை, காமம், நேசம், மோகம், நட்பு, அறிவீனம், அனுபவமின்மை, ஏமாற்றம் என்பவைகளைவிடச் சிறிதுகூட சிறந்தது அல்ல என்பது விளங்கிவிடும். அதற்கு ஏதேதோ கற்பனைகளைக் கற்பித்து, ஆண் - பெண்களுக்குள் புகுத்திவிட்டதால், ஆண், பெண்களும் தாங்கள் உண்மையான காதலர்கள் என்று காட்டிக் கொள்ளவேண்டுமென்று கருதி - எப்படிப் பக்திமானென்றால், இப்படி இப்படியெல்லாம் இருப்பான் என்று சொல்லப்பட்டதால், அநேகர் தங்களைப் பக்திமான்கள் என்று பிறர் சொல்லவேண்டுமென்று கருதிச் சாம்பல் பூச்சுப் போடுவதும், சதா கோயிலுக்குப் போவதும், பாட்டுகள் பாடிக் கண்ணீர் விட்டு அழுவதும், வாயில் சிவ சிவ, ராம ராம என்று கூறிக் கொண்டிருப்பதுமான காரியங்களைச் செய்து, பக்திமான்களாகக் காட்டிக் கொள்ளுகிறார்களோ அதுபோலும், எப்படிக் குழந்தைகள் தூங்குவதுபோல் வேஷம் போட்டுக் கண்களை மூடிக் கொண்டிருந்தால் பெரியவர்கள் குழந்தைகளின் தூக்கத்தைப் பரிசோதிப்பதற்காக "தூங்கினால் கால் ஆடுமே" என்று சொன்னால், அந்தக் குழந்தை தன்னைத் தூங்குவதாக நினைக்க வேண்டுமென்று

கருதி, காலைச் சிறிது ஆட்டுமே அதுபோலும், எப்படிப் பெண்கள் தங்கள் கால் விரல்களைப் பார்த்து நடப்பதுதான் கற்பு என்றால், பெண்கள் அதுபோலெல்லாம் நடப்பதுபோல் நடித்துத் தங்களைக் கற்பு உள்ளவர்களென்று காட்டிக்கொள்ளுகிறார்களோ அதுபோலும், உண்மையான காதலர்களானால் இப்படியல்லவா இருப்பார்கள் என்று சொல்லிவிட்டால், அல்லது அதற்கு இலக்கணம் கற்பித்து விட்டால், அதுபோலவே காதலர்கள் என்பவர்களும் நடந்து, தங்கள் காதலைக் காட்டிக் கொள்ளுகிறார்கள். இதற்காகவே அவர்கள் இல்லாத வேஷத்தையெல்லாம் போடுகிறார்கள். அதை விவரிப்பது என்றால் மிகவும் பெருகிவிடும்.

ஆகவே, ஆசையைவிட, அன்பைவிட, நட்பைவிட, காதல் என்பதாக வேறு ஒன்று இல்லை என்றும்; அந்த அன்பு, ஆசை, நட்பு ஆகியவைகள்கூட மக்களுக்கு அஃறிணைப் பொருள்கள் இடத்திலும், மற்ற உயர்திணைப் பொருள்களிடத்திலும் ஏற்படுவதுபோல்தானே ஒழிய, வேறில்லையென்றும்; அதுவும் ஒருவருக்கொருவர் அறிந்து கொள்வதிலிருந்து, நடவடிக்கையிலிருந்து, யோக்கியதையிலிருந்து, மனப்பான்மையிலிருந்து, தேவையிலிருந்து, ஆசையிலிருந்து உண்டாவதென்றும்; அவ்வறியும் நடவடிக்கையும், யோக்கியதையும், மனப்பான்மையும், தேவையும், ஆசையும் மாறக்கூடியதென்றும்; அப்படி மாறும்போது அன்பும், நட்பும் மாறவேண்டியதுதான் என்றும் மாறக்கூடியதுதான் என்றும் நாம் கருதுகின்றோம். ஆகவே, இதிலிருந்து நாம், யாரிடமும் அன்பும் ஆசையும் நட்பும் பொருளாகக் கொண்ட காதல் கூடாதென்றோ, அப்படிப்பட்டதில்லை என்றோ சொல்ல வரவில்லை.

ஆனால், அன்பும், ஆசையும், நட்பும் மற்றும் எதுவானாலும் மன இன்பத்திற்கும் திருப்திக்குமே ஒழிய, மனத்திற்குத் திருப்தியும் இன்பமும் இல்லாமல் அன்பும், ஆசையும், நட்பும் இருப்பதாகக் காட்டுவதற்காக அல்ல என்பதை எடுத்துக்காட்டுவதற்காகவே இதை எழுதுகின்றோம். இதுவும் ஏன் எழுத வேண்டியதாயிற்று என்றால், மற்றவர்கள் திருப்தியிலும், சந்தோஷத்திலும் நுழைந்து கொண்டு, தொட்டதற்கெல்லாம் 'இது காதலல்ல', 'அது காதலுக்கு விரோதம்', அது காம இச்சை', 'இது விபச்சாரம்' என்பது போன்ற அதிகப்பிரசங்கித்தனமான வார்த்தைகளை ஒருவிதப் பொறுப்புமில்லாதவர்கள் எல்லாம் கூறுவதால் அப்படிப் பட்டவர்கள் கூற்றையும், கூறும் காதலையும் சற்றுப் பார்த்து விடலாம் என்றே இதைப்பற்றி எழுதலானோம்.

(குடியரசு, 18.1.1931)

கல்யாண விடுதலை

ஆண்-பெண் கல்யாண விஷயத்தில் அதாவது, புருஷன் - மனைவி என்ற வாழ்க்கையானது நமது நாட்டில் உள்ள கொடுமையைப்போல் வேறு எந்த நாட்டிலும் கிடையவே கிடையாது என்று சொல்லலாம். நமது கல்யாணத் தத்துவம் எல்லாம் சுருக்கமாய்ப் பார்த்தால், பெண்களை ஆண்கள் அடிமையாகக் கொள்வது என்பதைத் தவிர, வேறு ஒன்றுமே , அதில் இல்லை. அவ்வடிமைத்தனத்தை மறைத்துப் பெண்களை ஏமாற்றுவதற்கே சடங்கு முதலியவைகள் செய்யப்படுவதோடு அவ்விதக் கல்யாணத்திற்குத் தெய்வீகக் கல்யாணம் என்பதாக ஒரு அர்த்தமற்ற போலிப் பெயரையும் கொடுத்துப் பெண்களை வஞ்சிக்கின்றோம்.

பொதுவாகக் கவனித்தால், நமது நாடு மாத்திரமல்லாமல், உலகத்திலேயே அநேகமாய்க் கல்யாண விஷயத்தில் பெண்கள் மிகக் கொடுமையாயும், இயற்கைக்கு விரோதமான நிர்பந்தமாயும் நடத்தப் படுகிறார்கள் என்பதையும் நடுநிலைமையுள்ள எவரும் மறுக்க முடியாது. ஆனால் நமது நாடோ இவ்விஷயத்தில் மற்ற எல்லா நாட்டையும்விட மிக்க மோசமாகவே இருந்து வருகிறது.

இக்கொடுமைகள் இனியும் இப்படியே நிலைபெற்று வருமானால், சொற்ப காலத்திற்குள்ளாக அதாவது, ஒரு அரை நூற்றாண்டுக்குள்ளாக கல்யாணச் சடங்கும், சொந்தமும் உலகத்தில் அநேகமாய் மறைந்தே போகும் என்பதை உறுதியாய்ச் சொல்லலாம். இதை அறிந்தே மற்ற நாடுகளில் அறிஞர்கள் பெண்கள் கொடுமையை நாளுக்குநாள் தளர்த்திக் கொண்டு வருகின்றார்கள். நம்நாடு மாத்திரம் குரங்குப்பிடியாய்ப் பழைய கருப்பனாகவே இருந்து வருகின்றது. ஆதலால், தலைகீழ் முறையான பெண்கள் கிளர்ச்சி ஒன்று நமது நாட்டில்தான் அவசரமாய் ஏற்பட று வேண்டியிருக்கின்றது.

செங்கற்பட்டு சுயமரியாதை மாநாட்டில், பெண்களுக்கும், ஆண்களுக்கும் கல்யாண விடுதலை செய்துகொள்ள உரிமையிருக்க வேண்டும் என்பதாக ஒரு தீர்மானம் செய்யப்பட்டவுடனும், பின்னர் சென்னையில் கூடிய பெண்கள் மாநாட்டில் கல்யாணத்துக்கு ஒரு சட்டம் வேண்டுமென்று தீர்மானித்தவுடனும் உலகமே முழுகிவிட்டதாகச் சீர்திருத்தவாதிகளென்று தங்களைச் சொல்லிக் கொள்பவர்கள் உள்படப் பலர் கூக்குரலிட்டார்கள். ஆனால், செங்கற்பட்டுத் தீர்மானத்திற்குப் பிறகு வெளிநாட்டிலும், இந்தியாவிலும் பல இடங்களில் கல்யாண ரத்துச் சட்டங்கள் ஏற்படுத்தப்பட்டிருக்கின்றன. ருசியாவில் கல்யாணமே தினசரி ஒப்பந்தம்போல் பாவிக்கப்பட்டு வருகின்றது. ஜெர்மனியில் புருஷனுக்கும் பெண்சாதிக்கும் இஷ்டமில்லையானால் உடனே காரணம் சொல்லாமலே கல்யாணத்தை ரத்து செய்துகொள்ளலாம் என்பதாகச் சட்டம் கொண்டு வரப்பட்டது. இது யாவருக்கும் தெரிந்த விஷயமாகும். சமீபத்தில் பரோடா அரசாங்கத்தாரும் 'கல்யாண ரத்துக்கு' சட்டசபையில் சட்டம் நிறைவேற்றி விட்டார்கள். மற்றும் பல மேல்நாடுகளிலும் இவ்விதச் சட்டங்கள் இருந்தே வருகின்றன. நமது நாட்டில் மாத்திரம் இவ்விஷயமாய் சட்டம் செய்வதைப் பற்றிக் கவலைப்படாமலிருந்து வருகின்றதானது மிகவும் கவலையளிக்கும் காரியமென்றே சொல்ல வேண்டும். சாதாரணமாகத் தென்னாட்டில் அநேகப் புருஷர்கள் தங்களது பெண்சாதிகளின் நடவடிக்கைகளில் சந்தேகங்கொண்டு கொலைகள் செய்ததாகத் தினம் பத்திரிகைகள் மூலம் செய்திகள் வெளியாவதைப் பார்த்து வருகின்றோம்.

சில சமயங்களில் ஒரு பெண்சாதியின் நடவடிக்கையில் சந்தேகத்திற்காகப் பல கொலைகள் நடந்ததாகவும் பார்க்கின்றோம். தெய்வீக சம்பந்தமான கல்யாணங்கள் இப்படி முடிவடைவானேன்? என்பதைப் பற்றித் தெய்வீகத்தில் பிடிவாதமுள்ள எவருக்குமே யோசிக்கப் புத்தியில்லை. பெண்கள் உலகம் முன்னேற்றமடைய வேண்டுமானால் அவர்களுக்கும் மனிதத்தன்மையும், மனித உரிமையும், சுயமரியாதையும் ஏற்படவேண்டுமானால் - ஆண்களுக்குத் திருப்தியும், இன்பமும், உண்மையான காதலும் ஒழுக்கமும் ஏற்படவேண்டுமானால், கல்யாணரத்திற்கு இடம் அளிக்கப்பட வேண்டியது முக்கியமான காரியமாகும். அப்படி இல்லாதவரை ஆண்-பெண் இருவருக்கும் உண்மை இன்பத்திற்கும் சுதந்திர வாழ்க்கைக்கும் இடமே இல்லாமல் போய்விடும்.

நமது 'சீர்திருத்தவாதிகள்' பலர், ஒரு மனிதன் இரண்டு பெண்டாட்டிகளைக் கட்டிக் கொள்வதைப்பற்றி மாத்திரம் குடிமுழுகிப் போய்விட்டதாகக் கூச்சல் போடுகின்றார்கள். இவர்கள் எதை உத்தேசித்து இப்படிக் கூச்சல் போடுகின்றார்கள் என்பது நமக்கு விளங்கவில்லை. மதத்தை உத்தேசித்தா? அல்லது பகுத்தறிவை உத்தேசித்தா? என்பது நமக்குச் சிறிதும் விளங்கவில்லை. அல்லது மனித ஒழுக்கத்தை உத்தேசித்து இப்படிப் பேசுகின்றார்களா என்பதும் விளங்கவில்லை. இதைப்பற்றி மற்றொரு சமயம் விவரிப்போம்.

நிற்க, ஒரு பெண்சாதிக்குமேல் மனிதன் கல்யாணம் செய்து கொள்ளக்கூடாது என்று சொல்லுபவர்களை நாம் ஒன்று கேட்கிறோம். அதென்னவெனில், கல்யாணம் என்பது மனிதன் இன்பத்துக்கும், திருப்திக்குமா? அல்லது சடங்குக்காகவா? என்று கேட்பதோடு – இஷ்டமில்லாத, ஒற்றுமைக்கு இசையாத, கலவிக்கு உதவாத ஒரு பெண் எந்தக் காரணத்தினாலோ ஒருவனுக்குப் பெண்சாதியாக நேர்ந்துவிட்டால், அப்போது புருஷனுடைய கடமை என்ன? என்று கேட்கின்றோம். அதுபோலவே, ஒரு பெண்ணுக்கும் அப்படிப்பட்ட புருஷன் அமைந்து விட்டால், அப்பெண்ணின் கதி என்ன என்றுதான் கேட்கின்றோம். கல்யாணம் என்பது தெய்வீகமாகவோ, பிரிக்க முடியாததாகவோ உண்மையில் இருக்குமாயின் அதில் இவ்விதக் குறைகளும் குற்றங்களும் ஏற்பட முடியுமா? என்பதை யோசித்தாலே, தெய்வீகம் என்பது முழுப்புரட்டு என்பது எப்படிப்பட்ட மனிதனுக்கும் புரியாமற் போகாது.

ஆகவே, நமது நாட்டிலும் மற்ற நாடுகளில் இருப்பது போன்ற கல்யாண ரத்துக்குச் சட்டம் சமீபத்தில் ஏற்படாமல் போகுமாயின், கல்யாண மறுப்புப் பிரச்சாரமும், கல்யாணம் ஆன புருஷர்களுக்கும், பெண்களுக்கும் பலதாரப் பிரச்சாரமும்தான் செய்யவேண்டியது வரும். அன்றியும், இது சமயம் ஒற்றுமைக்கும், திருப்திக்கும் இன்பத்திற்கும் உதவாத பெண்களுடைய புருஷர்கள் கண்டிப்பாக - தைரியமாக முன்வந்து தங்களுக்கு இஷ்டமான பெண்களைத் திரும்ப மணம் செய்துகொள்ளத் துணியவேண்டும் என்றும் தூண்டுகிறோம். ஏனெனில், அப்படி ஏற்பட்டால்தான் தெய்வீகம் என்கின்ற பெயரைச் சொல்லிக்கொண்டு புருஷர்களுக்கும், பெண்களுக்கும் சம்மதமும், முன்பின் அறிமுகமும் இல்லாமல் செய்யப்பட்டு வரும் கல்யாணங்களினால் மணமக்களடையும் துன்பமும்

ஒழிபட முடியும். மனிதன் ஏன் பிறந்தானோ, ஏன் சாகிறானோ என்பது வேறு விஷயம். ஆதலால், அது ஒருபுறமிருந்தாலும் மனிதன் இருக்கும்வரை அனுபவிக்க வேண்டியது இன்பமும் திருப்தியுமாகும். இதற்கு ஆணுக்குப் பெண்ணும், பெண்ணுக்கு ஆணும் முக்கியச் சாதனமாகும்.

அப்படிப்பட்ட சாதனத்தில் இப்படிப்பட்ட தொல்லைக்கும், துன்பத்திற்குமிடமான இடையூறு இருக்குமானால், அதை முதலில் களைந்தெறிய வேண்டியது ஆறறிவுள்ள மனிதனின் முதல் கடமையாகும். மனித ஜீவ காருண்யத்திற்கும், திருப்திக்கும், இன்பத்திற்கும் வேலை செய்பவர்கள் இதை முதலில் செய்ய வேண்டும். அப்படிக்கில்லாமல், "ஏதோ கல்யாணம் என்பதாக ஒன்றைச் செய்துகொண்டோமே, செய்தாகிவிட்டதே, அது எப்படி இருந்தாலும் சகித்துக்கொண்டுதானே இருக்கவேண்டும்" என்று கருதி, துன்பத்தையும், அதிருப்தியையும் அனுபவித்துக் கொண்டிருப்பதும், அனுபவித்துக் கொண்டிருக்கச் செய்வதும், மனிதத்தன்மையும், சுயமரியாதையுமற்ற காரியம் ஆகுமே அல்லாமல் ஒரு நாளும் அறிவுடைமையாகாது என்பதே நமது அபிப்பிராயமாகும்.

(குடியரசு, 17.8.1930)

மறுமணம் தவறல்ல

"ஒரு மனைவியிருக்க, ஆண் மகன் மறுமணம் செய்யலாமா?" என்ற விஷயத்தில் பலருக்குப் பலவித அய்யப்பாடுகள் தோன்றியிருக்கின்றன. இந்த விஷயத்தில் சுயமரியாதை இயக்கத்தில் ஈடுபட்டவர்களுக்குள்ளே இம்மாதிரி மறுமணம் செய்துகொள்வது தவறு என்கிற அபிப்பிராயமும் சந்தேகமும் இருந்து வருகின்றன. பொது ஜனங்களில் பலர், "மனைவி இருக்க மறுமணம் செய்து கொள்வது சீர்திருத்தக் கொள்கைக்கு விரோதம்" என்று கருதுகிறார்கள்.

முதலாவது, இந்தக் கொள்கையைப் பற்றிக் கவனிக்கும் முன்பு, மணம் என்பது என்ன என்பதை முதலில் விளங்கிக்கொள்ள வேண்டும். மணம் என்பதை நாம் மணமக்கள் தங்கள் வாழ்க்கைச் சவுகரியத்திற்காகச் செய்து கொள்ளப்படும் ஒரு ஒப்பந்த ஏற்பாடு என்றுதான் கருதுகிறோம். ஆதலால், அதில் இவர்களுடைய சுயேச்சையையும் சேர்த்தோ அல்லது தனித்தனியோ கட்டுப்படுத்தும் எவ்விதக் கொள்கைக்கும் இடம் இருக்கக் கூடாது என்றும் கருதுகின்றோம். இதுமாதிரிக் கருதுவது சரியா? தப்பா என்று முடிவு செய்வதிலிருந்தே மேற்கண்ட கேள்விக்குச் சிறிது சமாதானமும் கிடைத்துவிடும்.

நிற்க, இன்று உலகத்தில் இயற்கை உணர்ச்சியிலும், அனுபவத்திலும் மற்றும் கட்டுப்பாட்டுக் கொள்கையின் கீழும், தமிழர் பின்பற்றும் மதத்தின்படியும் மறுமணம் என்பது எங்காவது தடுக்கப்பட்டிருக்கின்றதா என்பதை நம்மால் அறிய முடியவில்லை. அது மாத்திரமல்லாமல் மணவிஷயமாய் ஏற்படுத்தப்பட்ட சட்ட திட்டங்களிலும் எந்த மத சம்பந்தமான கொள்கைகளிலும் மறுமணம் என்பது தடுக்கப் பட்டிருப்பதாகவும் தெரியவில்லை.

இந்து மதத்தில் அறுபதாயிரம் பெண்கள் வரையும், இஸ்லாமிய மதத்தில் 4 பெண்கள் வரையிலும், கிறிஸ்தவ மதத்தில் அளவு குறிப்பிடாமல் எவ்வளவு பெண்களை மணம் செய்து கொள்ள நேர்ந்தாலும் அதுவரையிலும் மணம் செய்து கொள்ள இடமிருக்கின்றது. கிறிஸ்துவ மதத்தில் மாத்திரம் ஆணோ, பெண்ணோ திருமணத்தை ரத்து செய்துவிட்டு மறுமணம் செய்து கொள்ளலாம் என்பதாகவும், அந்தப்படி ரத்து செய்து கொள்வதிலும் இன்னின்ன நிபந்தனைகளின்படிதான் செய்துகொள்ளலாம் என்றும் காணப்படுகின்றது. பாதுகாப்பை உத்தேசித்து மாத்திரமே அல்லாமல், கொள்கைக்காக அல்ல என்று புரியும்படியாகவே ஏற்பாடு செய்யப்பட்டிருக்கின்றது, ஆகவே மற்ற மதத்திற்கும் கிறிஸ்தவ மதத்திற்கும் உள்ள வித்தியாசம்.

எனவே, ஒன்றுக்கொன்று நிபந்தனைகளின் திட்டங்களிலும்தான் வித்தியாசமே தவிர, மற்றபடி மறுமணக் கொள்கையை மதங்களின்படி பார்த்தால் எந்த மதமும் ஆட்சேபித்திருப்பதாய்த் தெரியவில்லை. அன்றியும், இந்து மதத்தில் இந்துக் கடவுள்களே பல மணங்கள் செய்து கொண்டதாகவும் மற்றும் பல வைப்பாட்டிகள் வைத்திருப்பதாகவும் மத ஆதாரங்களில் காணப்படுவதுடன் அந்தக் கடவுள்களை அந்தப்படியே அதாவது பல மனைவிகள், வைப்பாட்டிகள் ஆகியவைகளுடன் தமிழர்கள் - இந்துக்கள் என்பவர்கள் பூசை, கல்யாண உற்சவம் முதலியவைகள் செய்தும் வணங்குகிறார்கள். இஸ்லாமிய மதத்திலும் நாயகம் முகமது நபி அவர்களே ஏககாலத்தில் ஒன்றுக்கு மேற்பட்ட மனைவிகளுடன் இருந்ததாக ஒப்புக்கொள்ளப்படுகின்றது.

ஆகவே, இதை மறுப்பவர்களோ இம்மாதிரிக் கடவுள்களையோ நபிகளையோ குற்றம் சொல்லுகிறவர்களோ ஒருக்காலும் தங்கள் மதத்தின் பேரால் மத சம்பந்தமான கட்டளைகளின் பேரால் மறுக்கின்றோம் என்று சொல்லிக் கொள்ளமுடியாது. அந்தப்படி யாராவது ஒருவர் தன்னை இந்துவென்று சொல்லிக்கொண்டு இம்மாதிரி அதாவது ஒரு மனிதன், மனைவியிருக்க மறுமணம் செய்துகொள்ளலாமா என்று கேட்பாரேயானால், அப்படிப்பட்டவர் தம் மதத்தைவிட தன்னுடைய பகுத்தறிவையோ அல்லது அனுபவ சவுகரியத்தையோ அல்லது வேறு ஏதாவது ஒரு கொள்கையையோ முக்கியமாகக் கருதிக்கொண்டு இம்மாதிரிக் கேள்வி கேட்க வந்திருக்கின்றார் என்றுதான் கொள்ள வேண்டும்.

ஆகவே, அக்கேள்விக்காரர் தன்னை இந்து என்று கருதிக் கொண்டு கேள்வி கேட்பதைவிட பகுத்தறிவுக்காரர் என்றோ அனுபவக் கொள்கைக்காரர் என்றோ கருதிக்கொண்டு கேள்வி கேட்கிறார் என்று அறிந்தோமானால், அது விஷயத்தில் நாம் மகிழ்ச்சி அடைவதுடன் அவருக்கு நியாயம் மெய்ப்பிக்கும் விஷயத்தில் நமக்குச் சிறிதும் கஷ்டமில்லை என்றே எண்ணுகின்றோம்.

நிற்க, பொதுவாக ஒரு மனிதனுக்கு தன் முதல் மனைவி(1) செத்துப்போன காலத்திலும் (2) மற்றொரு கணவனிடம் ஆசை கொண்டு வெளிப்பட்டுவிட்ட காலத்திலும் மறுமணம் செய்து கொள்வதை யாரும் குற்றம் சொல்வதில்லை. அது போலவே, (3) தீராத கொடிய வியாதிக்காரியாயிருக்கும் காலத்திலும் மறுமணம் செய்து கொள்வதை யாரும் ஆட்சேபணை செய்வதில்லை.(4) பைத்தியக்காரியாய்ப் புத்தி சுவாதீனமில்லாமல் போய்விட்ட காலத்திலும் யாரும் ஆட்சேபணை செய்வதில்லை. ஆகவே, பகுத்தறிவுக்காரரும், அனுபவக் கொள்கைக்காரர்களும் மேற்கண்ட முதல் சந்தர்ப்பம் தவிர, மற்ற மூன்று சந்தர்ப்பங்களிலும்கூட மனைவி இருக்க மறுமணம் செய்வதை ஆட்சேபிக்கமாட்டார்கள். இனி, அய்ந்தாவது, ஆறாவது முதலியவைகளாகப் பல விஷயங்களைக் கவனிப்போம். (5) மனைவி அறியாமையாலோ முரட்டுத்தனமான சுபாவத்தாலோ புருஷனை லட்சியம் செய்யாமல் ஏறுமாறாய் நடந்து கொண்டு வருவதாக வைத்துக்கொள்வோம். (6) புருஷன், பெண்ணின் மனத்திற்குத் திருப்திப்படாததாலோ அல்லது வேறு காரணத்தாலோ. புருஷனிடம் பெண்ணுக்கு அன்பும், ஆசையும், இல்லாமல் வெறுப்பாய் இருப்பதாக வைத்துக்கொள்வோம்.

(7)மேற்கண்ட குணங்களுடன் அடிக்கடி தாய் வீட்டுக்குப் போய்விடுவதாக வைத்துக் கொள்வோம். (8) புருஷனுடைய கொள்கைக்கு நேர் மாற்றான கொள்கையுடன் புருஷன் மனம் சதா சங்கடப்படும்படி பிடிவாதமாய் நடந்து கொள்ளும் சுபாவமுடையவள் என்று வைத்துக் கொள்வோம். (9) செல்வச் செருக்கால் புருஷனைப்பற்றி லட்சியமோ கவலையோ இல்லாமல் நடந்துகொள்ளுகின்றவள் என்று வைத்துக்கொள்வோம். இவைகள் மாத்திரமல்லாமல் மற்றும் இவை போன்ற குணங்கள் உள்ள மனைவியிடம் அகப்பட்டுக்கொண்ட கணவன் கதி என்ன ஆவது என்பதைக் கவனிக்கவேண்டியது கேள்வி கேட்பவர்கள் - அதாவது அனுபவக் கொள்கைக்காரர்கள் என்பவர்களின் முக்கியக் கடமையாகும்.

இவை தவிர, புருஷனுக்கு 12 வயதிலும், பெண்ணுக்கு 10 வயதிலும் பெற்றோர்களாலோ மற்றவர்களாலோ திருமணம் செய்யப்பட்டிருந்தால், அவைகள் மணமக்கள் அனுசரிக்கவேண்டிய தர்மங்களுக்குக் கட்டுப்பட்ட மணங்களாகுமா? அல்லது திருமணங்கள் செய்து வைத்தவர்கள் அனுசரிக்க வேண்டிய தர்மங்களுக்குக் கட்டுப்பட்டவைகளாகுமா? என்பதும், கேள்வி கேட்கிறவர்கள் - அதாவது பகுத்தறிவுக்காரர்கள் கவனிக்கவேண்டிய முக்கிய விஷயங்களாகும்.

இந்தக் காரணங்கள் தவிர மற்றும் எது எப்படி இருந்தாலும் மனத்துக்குப் பிடிக்கவில்லை; வாழ்க்கைத் திருப்திக்கும், இயற்கை இன்பத்திற்கும் சிறிதும் பயன்படவில்லை என்று மணமகன் முடிவு செய்து கொள்ளத்தகுந்த மணமகளை அடைந்துவிட்டால், அப்போது மணமகனின் கடமை என்ன என்பதை மதக்கட்டுப்பாட்டுக்காரரும், அனுபவக் கொள்கைக்காரரும் பாமரப் பொது ஜனங்களும் சேர்ந்து கவனித்துப் பார்க்கவேண்டிய காரியமாகும்.

கடைசியாக, இவைகளெல்லாம் ஒருபுறமிருக்க, இவைகளைப் பற்றிய யோசனை சிறிதுமின்றி, மற்றொருபுறம் ‘எப்படியிருந்தாலும் பொறுத்துக் கொள்ளவும், சகித்துக்கொள்ள வேண்டும்; ஒருக்காலமும் மனைவியிருக்க மறுமணம் செய்துகொள்ளக்கூடாது’ என்று ஒருவர் சொல்லுவாரானால், அப்படிச் சொல்லுகின்றவர் எந்தக் கொள்கையின்மீது அல்லது என்ன அவசியத்தைக்கோரி அல்லது என்ன நியாயத்தை உத்தேசித்து, எவ்வித நன்மையை அனுசரித்து அல்லது எந்தப் பகுத்தறிவைக் கொண்டு இப்படிச் சொல்லுகின்றார் அல்லது எதிர்பார்க்கின்றார் என்பது விளக்கப்பட வேண்டும். அப்பொழுதுதான் அது கவனிக்கப்படத்தக்கதாகும். ஏனெனில், சாதாரணமாகப் பேசுவோமானால், வெகு சாதாரணப் பாமர மக்கள் என்பவர்களும்கூட இக்காலத்தில் ஒரு விஷயத்தைப்பற்றி பேசும்போது, ‘அது சுருதி, யுக்தி, அனுபவம் ஆகிய மூன்றிற்கும் பொருத்தமாயிருக்கின்றதா?’ என்று கேட்பது எங்கும் சகஜமாயிருக்கின்றதைப் பார்க்கின்றோம். அன்றியும், அம்மூன்று வார்த்தைகளின் அமைப்பும் முதலில் குறிப்பிட்ட சுருதிப்படி அதாவது, நமக்கு முந்தியிருந்த, அனுபவசாலிகளின் அபிப்பிராயங்கள் என்கின்ற முறையில் கவனிக்க வேண்டும் என்கின்ற தத்துவம் கொண்டதானாலும் அப்படிப்பட்ட அனுபவசாலிகளின் அபிப்பிராயம் எவ்வளவு சரியானதென்று சொல்லப்பட்டாலும்கூட மற்றும் அவ்விஷயமானது யுக்திக்கு (அதாவது நமது பகுத்தறிவுக்கு) ஒத்ததாயிருக்கின்றதா என்று கவனிக்க வேண்டுமென்கின்ற

தத்துவத்தையே கொண்டு யுக்தி என்பதை இரண்டாவதாக வைக்கப்பட்டிருக்கின்றதையும் பார்க்கின்றோம். அப்படியும் - அதாவது, யுக்திக்குப் பொருத்தமானதாக இருந்துவிட்டதாகச் சொல்லப்படுவதானாலும், அது அனுபவத்திற்கு (அதாவது நடைமுறையில் கொண்டு செலுத்த) ஏற்றதாயிருக்கின்றதா? என்று கவனித்துப் பார்க்கவேண்டும் என்கின்ற தத்துவத்தை வைத்தே அனுபவமென்பதை முடிவில் மூன்றாவதாக வைக்கப்பட்டிருக்கின்றது என்பது யாவருக்கும் விளங்கும்.

ஆகவே, ஒரு மனிதன் 'ஒரு மனைவி இருக்கும்போது மறுமணம் செய்துகொள்ளக்கூடாது' என்பது இந்த மேற்கண்ட மூன்று பரீட்சைகளில் எந்தப் பரீட்சைக்கு விரோதமானதென்று கேட்கின்றோம். நிற்க, திருமணத்தில் மணமகனுக்கு மணமகளை வாழ்க்கைத் துணை என்று கருதுகின்றோம். இந்நிலையில், மேலே ஆரம்பத்தில் சொல்லப்பட்ட 9 வகைப்பட்ட அசவுகரியமான குணங்களமைந்த மணமகள் ஒரு மணமகனுக்கு அமையப்பட்டுவிட்டால், அது வாழ்க்கைத் துணையா? என்பதை முதலில் கண்டிப்பாய்க் கவனிக்கவேண்டும். வேடிக்கையாக வெளியிலிருந்து பேசுகின்றவர்கள் உண்மையறியாமல், நிலையறியாமல் சிறிதும் பொறுப்பற்ற முறையில் பாமர மக்களின் ஞானமற்ற தன்மையைத் தங்களுக்கு ஆதாரமாய் வைத்துக்கொண்டு, 'மனைவி இருக்க மறுமணம் செய்யலாமா?' என்று யார் வேண்டுமானாலும் பேசி விடலாம். அதாவது, 'மனைவி இருக்க மறுமணம் செய்துகொள்வது அக்கிரமம், அயோக்கியத்தனம்' என்பதாகச் சொல்லிவிடலாம், ஆனால், அந்தப்படி செய்துகொண்டது தப்பா? அல்லது இந்தப்படி சொன்னது தப்பா? என்பதையும் பகுத்தறிவைக் கொண்டாவது, அனுபவத்தைக் கொண்டாவது, இந்தப்படி பேசுகின்றோமே, நினைக்கின்றோமே, இதில் பிரவேசிக்கின்றோமே என்று நினைத்துப் பார்த்தால், கடுகளவு அறிவுடையவனுக்கும் ஒருக்காலும் விளங்காமற் போகாது என்று உறுதியாகச் சொல்லுவோம்.

கடைசியாக ஒன்று சொல்லுகின்றோம். ஒரு மனிதன் ஒரு விஷயம் தனக்கு இஷ்டமில்லை என்றோ அல்லது இஷ்டமாயிருக்கின்றதென்றோ, இன்ன காரியம் செய்யத் தனக்கு உரிமை இருக்கவேண்டுமென்றோ உரிமை இருக்கக்கூடாதென்றோ கருதுவதற்கு அருகதை உடையவன்தானா? அல்லது மற்றவர்களா? என்பதையும் இம்மாதிரியான தன் சொந்த விஷயங்களின் முடிவான அபிப்பிராயத்திற்கு வர அவனுக்கு உரிமை இல்லையா?

என்பதையும் கவனிக்க வேண்டியது உண்மையான விடுதலையும், சுதந்திரமும் கோருகின்றவர்களின் கடமையாகும்.

நிற்க, வாஸ்தவத்திலேயே அன்பும், ஆசையும் இல்லாத, அல்லது அவை தனக்கு ஏற்படாத ஒரு இடத்தில் மனிதன் எப்படி வாழ்வது? மக்களுடைய அன்புக்கும், ஆசைக்கும், இன்பத்திற்கும், திருப்திக்கும் ஒரு (வாழ்க்கை ஒப்பந்தம்) செய்துகொள்வதா? அல்லது மணம் செய்துகொண்டதற்காக அன்பையும், ஆசையையும், இன்பத்தையும், திருப்தியையும் தியாகம் செய்வதா என்பதை மனித ஜீவ சுபாவமுடைய ஒவ்வொருவரையும் யோசித்துப் பார்க்கும்படி வேண்டுகின்றோம். உலகிலுள்ள மூடப்பழக்க வழக்கங்களில், அர்த்தமற்ற கட்டுப்பாடுகளில் சிக்கிக் கஷ்டப்பட்டுக் கொண்டிருக்கும் மக்களை அவற்றிலிருந்து விடுவிப்பது என்பது சுலபமான காரியமல்லவானாலும் அவ்விதக் கட்டுப்பாடுகளையும் கஷ்டங்களையும் ஒழிக்கவென்றே ஏற்பட்ட ஸ்தாபன நடவடிக்கைகளையே மூடப்பழக்க வழக்கப்படியும், குருட்டு நம்பிக்கைப்படியும் செய்யவில்லை என்று சொன்னால், சொல்பவர்களுக்கு அறிவு என்பது ஏதாவது இருக்கின்றதா என்றுதான் கருதவேண்டியதிருக்கின்றது.

ஏனெனில், இவ்வியக்கம் (சுயமரியாதை இயக்கம்) அதற்காகவே ஏற்பட்டிருக்கும்போது அதன் நடவடிக்கைகள் வேறு எப்படி இருக்க முடியும்? ஆகையால், இவ்வித யுக்திக்கும் அனுபவத்திற்கும், மனித சுதந்திரத்திற்கும், இன்பத்திற்கும், திருப்திக்கும் விரோதமான கொள்கைகள் எதற்காகக் காப்பற்றப்படவேண்டும் என்னும் விஷயங்களை அன்பர்கள் நடுநிலையில் இருந்து நேர்வழியில் சிந்தித்துப் பார்ப்பார்களாக.

நிற்க, சுயமரியாதை இயக்கத்தைச் சேர்ந்தவர்களுக்குள்ளாகவே மறுமண விஷயத்தில் உள்ள அதிருப்தியைப் பற்றி சற்றுக் கவனிப்போம்.

சுயமரியாதை இயக்கத்தில் கல்யாண ரத்து என்பதும் ஒரு திட்டமாகும். அப்படியே செங்கற்பட்டு மாநாட்டில் ஒரு தீர்மானம் நிறைவேற்றப்பட்டு, ஈரோடு மாநாட்டில் அதற்காக ஒரு சட்டம் செய்ய வேண்டுமென்று தீர்மானிக்கப்பட்டிருக்கிறது. ஆகவே, மணம் செய்து கொண்ட மணமக்கள் அந்தப்படியே கணவன் மனைவியையோ, மனைவி கணவனையோ கல்யாண பந்தத்திலிருந்து நீக்கிவிட அல்லது நீக்கிக்கொள்ள உரிமை ஒப்புக்கொள்ளப்பட்டாகி விட்டது. இந்தப்படி ஒப்புக்கொள்ளப்பட்ட

கொள்கையை அமலில் கொண்டுவர, சட்ட சம்பந்தமான இடையூறு யாருக் காவது, எந்த மதத்திற்காவது இருக்குமானால், அதற்காகச் சட்டத்தை உத்தேசித்துக் கஷ்டப்பட்டுக் கொண்டிருப்பதா? அல்லது சட்டங்களைக் கவனிக்காமல், நியாயம் என்று தோன்றியபடி நடந்துகொள்வதா என்பதைக் கவனித்துப் பார்த்தால், அவர்களது அதிருப்திக்குச் சிறிதும் இடமிருக்காது என்றே கருதுகின்றோம்.

உதாரணமாக, சுயமரியாதைக் கொள்கைப்படி செய்யப்படும் திருமணங்களிலும் சில சட்டப்படி செல்லக்கூடாதவைகளாக இருந்தாலும் இருக்கலாம். அதாவது, "மணமக்கள் இருவருமே வேறு வேறு சாதிகள்" என்று சொல்லப்படும் கலப்பு மணங்களும், மூடப்பழக்க வழக்கங்களும், அர்த்தமற்றதும், அவசியமற்றதுமான சடங்குகள் செய்யப்படாத சில திருமணங்களும் செல்லுபடியற்றதாக ஆனாலும் ஆகலாம் என்று சட்ட வல்லுநர்கள் சொல்லுவதாகக் கேள்விப்படுகிறோம். அப்படியிருந்தாலும் கொள்கையிலிருக்கும் அவாவை உத்தேசித்துச் சட்டத்தைக் கவனியாமலும், அதனால் ஏற்படக்கூடிய பலன்களை லட்சியம் செய்யாமலும் எல்லாவற்றிற்கும் துணிந்து பலர் மணம் செய்து கொள்வதை நாம் பார்க்கின்றோம். ஆகவே, மறுமண விஷயத்தில், முதல் 'மனைவி'யைச் சட்டப்படி கல்யாண ரத்து செய்ய முடியாமல் மறுமணம் நடத்தப்பட்டது" என்று சொல்லப்படுவதைவிட இம்மாதிரித் திருமணங்களில் சுயமரியாதைக்காரர்களுக்குக் கொள்கைப் பிசகோ, நியாயப் பிசகோ இருப்பதாக நமக்குத் தோன்றவில்லை.

தவிரவும், முதல் மனைவி மணமகனுடன் ஒன்றாக வாழ்ந்து கொண்டு இருக்கும்போதுகூட, மறுமணம் செய்து கொள்ளப்படுவதையும், சுயமரியாதைக் கொள்கை ஏன் ஆதரிக்கின்றது என்பதைப் பற்றியும் சற்றுக் கவனிப்போம்.

மக்களின் அன்பும் ஆசையும் ஒரு கட்டுப்பாட்டுக்கு உட்பட்டு, அது இன்னவிதமாக, இன்னாரோடு மாத்திரம்தான் இருக்க வேண்டும் என்பதாக நிர்பந்திக்க எவ்வித நியாயமும் இருப்பதாக நமக்குத் தோன்றவில்லை. ஏனெனில், ஆசை என்பது ஜீவ சுபாவமானது. அதை ஏதோ ஒரு நிர்பந்தத்திற்காகத் தடுத்து வைப்பது என்பது ஒரு வகையான அடிமைத்தனமே ஆகும். அன்பு, ஆசை ஆகியவை ஏற்படுவது ஜீவனுக்கு இயற்கை சுபாவம் என்றும், அது சுதந்திரமுடையதாயும் உண்மையுடையதாயும் இருக்க வேண்டும் என்றும், அதை ஒரு இடத்திலாவது, ஒரு அளவிலாவது கட்டுப்படுத்துவது என்பது ஜீவ சுபாவத்திற்கும்,

இயற்கைத் தத்துவத்திற்கும் மீறினதென்றும் ஒப்புக் கொள்கின்ற மக்கள், அன்பு ஒருவரிடம்தான் இருக்க வேண்டும் என்று சொல்ல முன்வருவது முன்னுக்குப் பின் முரண் என்றே சொல்லுவோம்.

ஆனால், அனுபவத்தில் உள்ள சில சவுகரிய, அசவுகரியங்களை உத்தேசித்தும், இயற்கைத் தடுப்பு, சமுதாய வாழ்க்கை நலக் கொள்கை முறை முதலியவைகளை உத்தேசித்தும், அன்பும், ஆசையும் கட்டுப்பாட்டுக்குள் அடங்க வேண்டியதாக ஏற்படலாம் என்பதை நாம் மறுக்க வரவில்லை. அன்றியும், ஒப்பந்தங்களினால் கட்டுப்பட வேண்டியதாகவும் ஆசைப் பெருக்கால் தானாகவே கட்டுப்பட்டுவிட்டதாகவும் போனாலும் போகலாம். அம்மாதிரி நிலைகளில் இம்மாதிரிக் கேள்விக்கே இடமில்லை. ஆதலால், அப்படிப்பட்ட காரியங்களை அவரவர் இஷ்டத்திற்கே விட்டுவிட வேண்டியது அவசியமாகும். முடிவாக ஒன்று சொல்லி இதை இப்போது முடிக்கின்றோம். அதாவது இம்மாதிரியான கேள்விகளுக்கெல்லாம் ஒரேயடியாய் அடியோடு இடம் இல்லாமல் போக வேண்டுமானால், பொதுவாகப் பெண்கள் நிலைமை மாறியாக வேண்டும். ஏனெனில், மேற்கண்ட கேள்வி கேட்கப்படுவதற்குப் பெரிதும் அஸ்திவாரமாய் இருக்கும் காரணமெல்லாம், ‘இப்படிச் செய்துவிட்டால், முன் மணம் செய்துகொண்ட பெண்ணின் கதி என்ன ஆவது’ என்கின்ற கவலை கொண்டேதான் கேள்வி கேட்கப்படுகின்றது. எந்தெந்தக் காரணத்தால் புருஷனுக்குப் பெண் பிடிக்கவில்லையோ, ஒத்து வரவில்லையோ அந்தக் காரணங்களால் பெண்ணுக்குப் புருஷன் பிடிக்காதபோது இப்போது புருஷனுக்கு இருக்க வேண்டுமென்று சொல்லப்படும் சுதந்திரமும், சவுகரியமும் போல பெண்களுக்கும் ஏற்படுமானால், பிறகு இந்த மாதிரியான அனுதாபமும், கவலையும் கொள்ள வேண்டிய அவசியம் ஏற்பட இடமே இருக்காது என்பதுதான். நம்மைப் பொறுத்தவரை ஆண்களுக்குச் சொன்ன விஷயங்கள் எல்லாம் பெண்களுக்கும் பொருந்துமென்றும், அவர்களுக்கும் ஆண்களைப் போலவே ஏற்பட வேண்டும் என்றும், அம்மாதிரியே அவர்களும் உலக நடந்து கொள்ள வேண்டுமென்றும், வாழ்விலும், சமுதாயத்திலும், சட்டத்திலும், மதத்திலும் ஆண்களுக்குள்ள சவுகரியங்களும், உரிமைகளும் பெண்களுக்கும் இருக்க வேண்டுமென்றும் அப்பொழுதுதான் பெண்களுக்கு திருப்திகரமான இன்பத்தையும், ஆசையையும் அடைய முடியுமென்றும் கருதுகின்றோம்.

(குடியரசு, 12.10.1930)

விபச்சாரம்

விபச்சாரம் என்னும் வார்த்தையானது அநேகமாய் ஆண்-பெண் சேர்க்கைச் சம்பந்தப்பட்டதற்கே உபயோகப்படுத்தப்பட்டு வருகின்றது. அதிலும், முக்கியமாக அதாவது ஒரு பெண் தனக்குக் கணவன் என்றோ, தன்னை வைத்துக்கொண்டிருக்கின்றவன் என்றோ, வேசித் தொழிலில் இருப்பவளானாலும் யாராவது ஒரு புருஷனிடம் தற்காலச் சாந்தியாய், தனக்குக் குத்தகையாய் ஆண்மகனைத் தவிர, மற்றொருவரிடமோ பல பேர்களிடமோ சேர்க்கை வைத்துக் கொண்டிருப்பதற்கே கணவனாலும், வைப்புக்காரனாலும், குத்தகைக்காரனாலும் மற்றும் பொதுஜனங்களாலும் சொல்லப்படுகின்ற அதாவது, ஒரு பெரிய குற்றம் சாட்டுவதற்கும், பழி சுமத்துவதற்கும் உபயோகிக்கும் சொல்லாகும். ஆனால் அதே பெண்ணை அந்தக் கணவனோ, வைப்புக்காரனோ மற்றொருவருக்குத் தன் சம்மதத்தின் பேரில் கூட்டி விடுவானானால், அதை அவர்கள் விபச்சாரம் என்று சொல்லுவதில்லை. இந்தச் சங்கதி பொதுஜனங்களுக்குத் தெரிந்தாலும் பெண்ணைத்தான் அவர்களும் வசை கூறிக் குற்றம் சொல்லுகின்றார்களே தவிர, ஆணை விசேஷமாக முன் சொல்லப்பட்ட விபச்சார என்கின்ற முறையில் அநேகக் குற்றம் சொல்லுவதில்லை. அன்றியும், இம்மாதிரிக் குற்றச்சாட்டுதலுக்கும், வசவுக்கும், பழிப்புக்கும் உபயோகப்படுத்துதலும், ஆண்களுக்குக் கிடையாது. அன்றியும் ஆண்களை விபச்சாரர்கள் என்று வைக்கின்ற வழக்கமும் கிடையாது. அப்படிச் சொல்லப்படுவதற்காக எந்த ஆணும் கோபித்துக் கொள்வதும் கிடையாது. தனிப்பட்

ஆகவே, விபச்சாரம் என்னும் வார்த்தையின் அனுபவ தத்துவத்தைக் கூர்ந்து கவனித்துப் பார்த்தால் ‘விபச்சாரம்’ என்பது பெண்கள் அடிமைகள் என்பதைக் காட்டும் ஒரு குறிப்பு வார்த்தை என்றுதான் சொல்ல 5 வேண்டுமேயொழிய வேறல்ல.

ஏனெனில், விபச்சாரத் தோஷம் என்பதும், விபச்சாரம் செய்வதால் ஏற்படும் ஒழுக்கக் குறைவு என்பதும் இப்பொழுது வழக்கத்தில் பெண்களுக்கேதான் உண்டேயொழிய, ஆண்களுக்கு அந்த மாதிரி கிடையவே கிடையாது.

உதாரணம் வேண்டுமானால் ஒன்றைக் குறிப்பிடுவோம். அதாவது நமது நாட்டில் இதுவரை விபச்சாரம் செய்வதற்காகவென்று பெண்களைத்தான் பழி சுமத்திக் குற்றம் சொல்லி சாதியை விட்டுத் தள்ளி வைத்திருக்கிறார்களே ஒழிய - வீட்டை விட்டுத் துரத்தியிருக்கிறார்களே ஒழிய - அடித்தும், உதைத்தும், வைதும் துன்பப்படுத்தியிருக்கிறார்களே ஒழிய - சில சந்தர்ப்பங்களில் கொலைகளுங்கூடச் செய்திருப்பதாக நாம் கண்டதோ கேட்டதோ இல்லை.

நிற்க, சில இடங்களில் விபச்சாரம் ஆண்களுக்குத் தற்பெருமையாகவும், கீர்த்தியாகவும்கூட இருக்கிறதைப் பார்க்கின்றோம். சில ஆண்கள் அதைப் பெருமையாய்ச் சொல்லிக்கொள்ளுவதையும் கேட்கின்றோம்.

மக்களும் விபச்சாரி மகன் என்று சொன்னால்தான் கோபித்துக் கொள்கின்றார்களே தவிர, விபச்சாரகனுடைய மகன் என்று சொன்னால் கோபித்துக் கொள்ளுகின்றவர்கள் இல்லை. ஆனால், எந்தச் சமயத்தில் ஆண்கள் கோபித்துக் கொள்ளுகின்றார்களென்றால், தங்கள் மனைவிகள், வைப்பாட்டிகள், குத்தகைத் தாசிகள் விபச்சாரம் செய்தார்கள் என்று சொன்னால் மாத்திரம் உடனே கோபித்துக் கொள்ளுகின்றார்கள். மேலும் மிகவும் அவமானம் ஏற்பட்டுவிட்டதாகப் பதறுகின்றார்கள், மற்றும் தங்கள் பெண்களைத் தங்களுடைய சம்மதத்தின்பேரில் தங்கள் சுயநலத்திற்காக "விபச்சாரத்திற்குவிட இணங்குகிறான்" என்றோ பெண்ணை அடக்க முடியாமல் "ஊர்மேல் விட்டுவிட்டான்" என்றோ சொல்லுகின்றபோது அதிகமாய்க் கோபித்துக் கொள்கிறார்கள். ஆகவே, இந்த அனுபவங்களைக் கொண்டும், பெண்களைக் கல்வி விஷயத்தில் ஆண்கள் நடத்துவதைக் கொண்டும் பார்த்தால், மேலே காட்டியபடி அதாவது, விபச்சாரம் என்று சொல்லும் வார்த்தையின் தத்துவம் பெண்களை ஆண்களின் அடிமைகள் என்றும், ஆண்களுடைய போக போக்கியப் பொருள்கள் என்றும், விலைக்கு விற்கவும் வாடகைக்கு விடவும் கூடிய வஸ்துகள் என்றும் கருதி இருக்கிறார்கள் என்பதும் இன்னும் தெளிவாய் விளங்கும்.

நிற்க, விபச்சாரம் என்னும் வார்த்தையைப் பழக்கத்தில் ஏன் பெண்களுக்கு மாத்திரம் சொல்லப் பயன்படுத்தப்பட்டது? ஆண்களைச் சொல்லுவதற்கு ஏன் அது பயன்படுத்தப்படவில்லை என்று கவனிப்போமானால் அதிலிருந்து மற்றொரு உண்மையும் புலப்படும். அது என்னவென்றால், பொதுவில் விபச்சாரமென்று சொல்லப்படுவது உண்மையாகக் குற்றமுள்ள வார்த்தையாக இல்லை என்பதேயாகும். எதுபோலென்றால், எப்படிக் கற்பு என்ற வார்த்தையும், அதைப் பயன்படுத்தும் முறையும் புரட்டானது என்றும், பெண்ணடிமைகொள்ள உத்தேசித்து ஏற்படுத்தியதாகும் என்றும் சொல்லுகின்றோமோ, அதுபோலவே விபச்சாரம் என்னும் வார்த்தையும் அதன் பிரயோகமும் புரட்டானதும் பெண்களை அடிமை கொள்வதற்கென்றே ஏற்படுத்தப்பட்டதென்றும் காணப்படுவதோடு, அது முக்கியமாய் இயற்கைக்கு விரோதமானது என்றும்கூட விளங்கும்.

சாதாரணமாகவே இன்றைய கற்பு, விபச்சாரம் என்னும் வார்த்தைகள் சுதந்திரமும், சமத்துவமும் கொண்ட வாழ்க்கைக்குச் சிறிதும் தேவை இல்லாததேயாகும். ஜீவ சுபாவங்களுக்கு இவ்விரண்டு வார்த்தைகளும் சிறிதும் பொருத்தமற்றதேயாகும். வாழ்க்கை ஒப்பந்த நிபந்தனைகளுக்கு மாத்திரம் தேவையுடையதாக இருக்கலாம். ஆனபோதிலும்கூட, அவையும் இயற்கைக்கு முரணானது என்பதை யாவரும் ஒப்புக்கொண்டுதானாக வேண்டும். அதற்கு ஆதாரம் என்னவென்றால், மேலே சொல்லப்பட்டது போலவே அவ்விரண்டு வார்த்தையின் தத்துவங்களும் பெண்கள் மீது மாத்திரம் சுமத்தப்பட்டு ஆண்களின்மீது சுமத்தப்படாமலும், ஆண்கள் அதற்காகப் பயப்படவோ அவமானப்படவோ கட்டுப்பட்டிருக்கவோ இல்லாமல் இருப்பதும் அதைப்பற்றி லட்சியம் செய்யாமையுமே ஆகும்.

மற்றும், வேறொரு அத்தாட்சி என்னவென்றால் மக்களில் ஆண்களுக்கும், பெண்களுக்கும் கற்புத் தவறுதலும், விபச்சாரத்தனமும் கூடாதென்று பொதுவாக இருபாலர்களுக்கும் தானாகத் தோன்றாமல் இருப்பதோடு, பலர் கற்பித்தும், அதற்காகப் பல நிபந்தனைகளைக்கூட ஏற்படுத்தியும், மற்றும் எவ்வளவோ பயங்களைக் காட்டியும் அதனால் சிலராவது அடிதடி, விரோதம், கொலை, உடல் நலிவு முதலியவைகளால் கஷ்டப்படுவதை நேரில் காணக்கூடிய சந்தர்ப்பங்களிலிருந்தும் இவ்வளவையும் மீறி மக்களுக்குக் கற்புக்கு விரோதமாகவும்,

விபச்சாரத்திற்கு அனுகூலமாகவும் உணர்ச்சியும், ஆசையும் ஏன் உண்டாக வேண்டுமென்பதைக் கவனித்தால் அது தானாக விளங்கும். இயற்கையோடு இணைந்த வாழ்வு எதுவென்பதையும் எவ்வித நாட்டுப்பற்று, நடப்புப்பற்று, பிறப்புப்பற்று என்பதெல்லாம் நடுநிலையிலிருந்து தன் அனுபவத்தையும், தன் மனத்தில் தோன்றும் உணர்ச்சியையும், ஆசைகளையும் ஒரு உதாரணமாகவும் வைத்துக்கொண்டு, பரிசுத்தமான உண்மையைக் காணுவானேயானால், அப்போதும் கற்பு, விபச்சாரம் என்னும் வார்த்தைகள் வெறும் புரட்டு என்பதும், மற்றவர்களை அடிமையாக்கவும் கட்டுப்படுத்தவும் உண்டாக்கப்பட்ட சுயநலச் சூழ்ச்சி நிறைந்த தன்மை கொண்டது என்பதும் தானாகவே விளங்கிவிடும். விபச்சாரம் என்பது ஒருவனுடைய பாத்தியதைக்கு ஏற்படுத்திக்கொள்ளும் கட்டுப்பாட்டிற்கு மாத்திரம் விரோதமே தவிர, உண்மையான ஒழுக்கத்திற்கு விரோதமல்ல என்பதற்கு மற்றொரு உதாரணம் கூறுவோம்.

மலையாள நாட்டில் இரண்டு, மூன்று ஆண்கள் ஒரு பெண்ணை மனைவியாக ஏற்படுத்திக்கொள்ளுகின்ற வழக்கம் உண்டு. ஆனால், அந்தப் பெண் மேற்கண்ட இரண்டு, மூன்று புருஷர்களைத் தவிர, மற்ற ஆண்களிடம் அதுவும் தங்களுக்கு மனைவியாயிருக்கும் காலத்தில் பிற ஆண்களிடம் சம்பந்தம் வைத்துக் கொண்டால் மாத்திரம்தான் அதை விபச்சாரமாகக் கருதி, சில சம்பவங்களில் கொலைகள்கூட நடக்கின்றன.

மற்றும், சில வகுப்புகளில் தங்கள் இனத்தார் தவிர, மற்ற இனத்தாரிடம் சாவகாசம் செய்தால்மாத்திரம் விபச்சாரமாய்க் கருதப்படுகின்றது. நமது நாட்டிலும் சில வகுப்புகளிலுள்ள குடும்பத்தைச் சேர்ந்த மச்சாண்டார், கொழுந்தனார் (அதாவது புருஷன் சகோதரர்கள்), மாமனார் ஆகியவர்கள் சம்பந்தமானது விபச்சாரத்தனமாக கொள்ளப் படுவதில்லை. இக்கொள்கைகள் நம் நாட்டுப் பழங்குடி மக்கள் மிகுதியும் கொண்ட சில சமூகங்களின் பழக்கவழக்கங்களுடன் கலந்து செல்வாக்குப் பெற்றிருப்பதை இன்றும் தாராளமாய்ப் பார்க்கலாம். இதுபோல் இன்னும் பல விஷயங்களும் உண்டு. ஆகவே, இவைகளை எல்லாம் கவனித்துப் பார்த்தால், விபச்சாரம் என்பது ஒரு குறிப்பிட்ட கொள்கைமீது பொதுவான ஒழுக்கக் குறைவு என்கின்ற தத்துவத்தில் எப்போதும் பழக்கத்தில் அமலில் இல்லை என்பது விளங்கும்.

நிற்க, மனித சமூகத்திற்கென்று பொதுவாகச் சில கட்டுப்பாடுகளும் ஒழுங்கும் வாழ்க்கைக்கு ஏற்பட்டிருக்கவேண்டும் என்பதை நாம் அடியோடு ஆட்சேபிக்க வரவில்லை. ஆனால், அவை தனிப்பட்டவர்கள் அதாவது, ஆண்டான் – அடிமை முறை, எஜமான் - கூலி, முதலாளி - காரியஸ்தர் முறை, சினேகிதர்கள் முறை போன்ற தன்மைகள் கொண்ட அதாவது தனிப்பட்ட சம்பந்தங்களுக்கு ஏற்படுத்தப்பட்டிருப்பதாகிய ஒழுங்கு, கட்டுப்பாடுகள் போலப் பொதுவாழ்விற்குப் பொதுக் கொள்கைகளாய் இருக்கக்கூடாது என்பதை ஞாபகத்தில் வைத்துக்கொள்ளவேண்டும். பொது வாழ்க்கைக்கு ஏற்படுத்தப்படும் கொள்கைகள் என்பன பொது ஜனங்களில் யாருடைய தனி சுதந்திரத்திற்கும் பாதகம் ஏற்படாததாகவும், அதுவும் பிரயோகத்தில் சிறிதும் பாரபட்சம், உயர்வு - தாழ்வு ஆகிய பேதத்தத்துவம் கொண்டதல்லாததாகவும் இருக்கவேண்டும் என்பதோடு, எல்லாவற்றையும்விட அவை முக்கியமாக இயற்கையோடியைந்தன வாகவும் இருக்க வேண்டும். அப்படிப்பட்டவைகளும்கூட மற்றவர்களுடைய நியாயமான உரிமைக்கும் சுதந்திரத்திற்கும் சிறிதும் பாதகம் உண்டு பண்ணாததாகவும் இருக்க வேண்டும். நியாயமான என்றதனாலேயே எது நியாயம் என்பதற்கு 'தர்ம சாஸ்திரங்களை'த் தேட வேண்டுமென்பது கருத்தல்ல. மற்றபடி கண்டுபிடிப்பதென்றால், ஒருவன் தனக்கு நியாயம் என்று சொல்லுவதானது பிறத்தியானும் அதையே தனக்கும் நியாயமென்று சொன்னால், அவன் - முதலில் சொன்னவன் ஒப்புக்கொள்கின்றானா என்று பார்த்து நிர்ணயிப்பதேயாகும். அதாவது இருவருக்கும் ஒருப்போன்றதும், அன்றியும் அறிவிற்கும், சாத்தியத்திற்கும், அனுபவத்திற்கும் ஏற்றதாகவும் அவசியம் கொண்டதாகவும் இருக்கவேண்டும்.

இப்படியெல்லாம் இல்லாமல், வெறும் நிர்ப்பந்தத்திற்கும் ஒவ்வாததுமான விஷயங்களுக்காக வலுத்தவர்கள், தந்திரக்காரர்கள் தங்களுக்குத் தோன்றினபடிக்கெல்லாம் கட்டுப்பாடுகள் செய்துகொண்டு போவதானது எவ்விதப் பயனையும் தராததோடு, மனித சமூகத்திற்கு வீண் கஷ்டத்தை உண்டாக்கி வருவதோடு, அது வெறும் அடிமைத்தனத்தையும் அறிவுத்தடையையும்தான் உண்டாக்கும்.

சாதாரணமாக, பொது வாழ்க்கையில் ஒருவன் செய்யக் கூடாதென்பதாக ஏற்பாடு செய்திருக்கும் திருட்டு என்பதான ஒரு

குணத்தை எடுத்துக்கொள்வோம். அது இன்றைய வழக்கில் ஒரு மனிதனுக்கு அதாவது, திருட்டுக் கொடுத்தவனுக்கு நஷ்டத்தையும், மன வருத்தத்தையும் கொடுக்கக்கூடியதாய் இருக்கின்றது என்பதை நாம் ஒப்புக்கொள்கிறோம்.

ஏனெனில், நமது சொத்தை ஒருவன் திருடினால் நமக்கு அப்படித்தான் இருக்கும். ஆனால், அதனால் அந்த நஷ்டமும், சங்கடமும் எதனால் ஏற்படுகின்றதென்று பார்ப்போமானால் திருட்டுக் கொடுத்தவன் திருட்டுப்போன சொத்தை தன்னுடையதென்றும், அது தனக்கே சொந்தமானதென்றும் எண்ணியிருப்பதால், உலகில் பொருளியல் சமத்துவம் ஏற்படுகின்றவரை திருட்டு என்னும் குணமானது குற்றமாகத் தான் பாவிக்கப்படும். உலகிலுள்ள எல்லாச் சொத்தும் உலகத்திலுள்ள எல்லோருக்கும் சொந்தம்; ஒவ்வொருவனும் பாடுபட்டுத்தான் சாப்பிடவேண்டும்; தேவைக்குமேல் எவனும் வைத்துக்கொள்ளக்கூடாது - போன்ற கொள்கைகள் ஏற்பட்டுவிட்டால், திருட்டுப்போவதும், திருட்டுப் போனதைப்பற்றிக் கவலைப்படுவதும் தானாகவே மறைந்து விடும். ஆனால், இப்போது நான் திருடுவது குற்றமல்ல, நீ பொய் சொல்வதுதான் குற்றம்; நான் விபச்சாரம் செய்வது குற்றமல்ல, நீ விபச்சாரம் செய்வதுதான் குற்றம் என்பது போன்றதான 'பொது ஒழுக்கங்கள்' என்பவைகளும் 'பொதுக் கட்டுப்பாடுகள்' என்பவைகளும் ஒரு நாளும் பொதுவாழ்வுக்கும், சமத்துவத்திற்கும், சுதந்திரத்திற்கும் சிறிதும் பயன்படாது. இன்று உலகத்தில் சிறப்பாக நமது நாட்டில் இருந்துவரும் ஒழுக்கம், கட்டுப்பாடு, தர்மம் முதலியவைகள் எல்லாம் பெரிதும் இயற்கைக்கு எதிரியாகவும், அடிமைத்தனத்திற்கு ஆதரவாகவும், தனிப்பட்டவர்கள் சுயநலத்திற்கேற்ற சூழ்ச்சியாகவும் செய்யப்பட்டவைகளாகவே இருக்கின்றன.

கடைசியாக, மனிதனின் ஜீவசுபாவம் என்னவென்றால், சிந்தனை உணர்ச்சியும், இந்திரியச் செயலும், ஆசையுமேயாகும். உணர்ச்சியின் காரணமாய்ப் பசி, நித்திரை, புணர்ச்சி மூன்றும் முக்கியமான, இன்றியமையாத இயற்கை அனுபவமாய்க் காண்கின்றோம். இந்திரியங்களின் காரணமாய்ப் பஞ்சேந்திரியங்களின் அதாவது, மெய், வாய், கண், மூக்கு, செவி ஆகியவைகளின் செயல்களையும் முக்கியமான - இன்றியமையாத இயற்கை அனுபவமாய்க் காண்கின்றோம்.

ஆகவே, மனிதனது பொதுச் சிந்தனை உணர்ச்சியும், இந்திரியச் செயலும் அவனுக்கு ஆசையை உண்டாக்கிக்கொண்டே இருக்கின்றன. ஆசையின் தன்மையால் எதையும் ஆசைப்படுவதும், அது அநேகமாய் அளவுக்கடங்காமல் மேலும் மேலும் போய்க் கொண்டிருப்பதும் சுபாவமாகவே இருக்கின்றதைப் பார்க்கின்றோம். ஆகவே, உணர்ச்சியும், இந்திரியச் செயலும், ஆசையும் மனிதனால் சுலபத்தில் கட்டுப்படுத்தக் கூடியவையல்ல. யாராலாவது கட்டுப்படுத்தப் பட்டுவிட்டது என்றால் அப்படிப்பட்டவரைப்பற்றி நாம் இங்குப் பேசவரவில்லை. அவர்கள் பல லட்சத்திற்கு ஒருவர் இருப்பார்களோ என்னவோ? எனவே, அந்தப்படிக்கில்லாத சாதாரண மனித ஜீவனின் உணர்ச்சியையும், இந்திரியச் செயலையும், ஆசையையும் கட்டுப்படுத்தும்படியானதான கொள்கைகளை, ஒழுக்கங்களை, கட்டுப்பாடுகளை ஏற்படுத்தினால், அது செலாவணியாகுமா? செலாவணியாவதாய் இருந்தாலும் அதற்கு என்ன அவசியம் என்பன போன்றவைகளைக் கவனிக்கவேண்டாமா? என்றுதான் கேட்கிறோம்.

பொய் சொல்லக்கூடாது என்று வாயால் சொல்லி விடுகின்றோம். பொய்ச் சொல்லுவதையும், ஒழுக்கக் குறைவென்று சொல்லிவிடுகின்றோம்.

ஆனால், தொழில்முறைக்காகப் பொய்யை அவசியமாக வைத்து, அதனால் பிறருக்குக் கஷ்டத்தையும், நஷ்டத்தையும் கொடுத்து வரும் வக்கீல்களையும், வியாபாரிகளையும் மனித சமூகத்தில் எவ்வித இழிவுமின்றி ஏற்றுக்கொண்டிருக்கின்றோம். அத்தொழிலில் சம்பாதித்த செல்வத்தைக் கொண்டும், பெருமையைக் கொண்டும் அம்மக்களைக் கவுரவமாகவே மதிக்கின்றோம். ஆனால், அதுபோலவே நடக்கும் மற்றொரு தொழிற்காரரை உதாரணமாக, தேவதாசிகள் போன்றவர்களை இழிவாகக் கருதுகின்றோம்.

பொதுவாக, இம்மூன்று பேர்களாலும் மனித சமூகங்களுக்குக் கெடுதியும், நஷ்டமும் இருந்தும், இருவரை ஏற்றுக் கொண்டு, ஒருவரைத் தள்ளுவதானது கேவலமும், சூழ்ச்சியும், சுயநலமுமேயல்லாமல் இதில் நியாயமிருப்பதாகச் சொல்ல முடியுமாவென்று கேட்கின்றோம். எந்தத் தொழிலானாலும் - மற்றவர்களுக்குக் கெடுதியைக் கொடுக்கும் தொழில் எதுவானாலும் அப்படிப்பட்ட தொழில் இல்லாமலே உலகம் நடக்கும் படியாகத்தான் பார்க்க வேண்டும். இப்படிப்பட்ட விஷயத்தில் மாத்திரம் வேண்டுமானால், இயற்கையை மாற்றிக் கட்டுப்பாடுகளை

ஏற்படுத்துவது அவசியமாகலாம். அப்படிக்கில்லாமல் ஒருவருக்கு ஒருவிதம் என்பதாக மாற்றுவது பயன்படாததாகவே முடியும்.

எனவே, இப்போது நடைமுறையிலிருக்கும் விபச்சாரம் என்பதும், அதன் தத்துவமும் நாம் மேலே குறிப்பிட்டது போல், பெண்களை அடிமைப்படுத்துவதற்காக - பெண்கள், அடிமைகள் அடிமைகள் என்னும் கருத்தின்மீது ஏற்படுத்தப்பட்டவைகள் ஆதலாலும் அது ஆண்களுக்குச் சிறிதும் சம்பந்தமில்லாமலிருப்பதாலும் ஒப்புக்கொள்ள முடியாததாய், காணப்படுவதோடு, பெண்கள் சுதந்திரம், பெண்கள் விடுதலை என்பவைகளுக்காக நடைபெறும் காரியங்களில் ‘விபச்சாரம்’ என்னும் காரியம் வந்து முட்டுக்கட்டை போடுமானால், அதைத் தைரியமாய் எடுத்தெறிந்துவிட்டு முன்னோக்கிச் செல்லவேண்டியது உண்மையான உழைப்பாளிகளின் கடமையாகும் என்பதையும் குறிப்பிட்டுவிட்டு இப்போதைக்கு இதை ஒருவாறு முடிக்கின்றோம்.

(குடியரசு, 26.10.1930)

விதவைகள் நிலைமை

இந்திய நாட்டின் ஆட்சி உரிமை இந்திய மக்களுக்கே கிடைக்க வேண்டுமென அரசியல் சீர்த்திருத்தக்காரர்களும், இந்திய மக்களுக்குள்ளிருக்கும் வகுப்புப் பிரிவினையும், சாதி வேற்றுமையும் ஒழிய வேண்டுமென்று சமூகச் சீர்த்திருத்தக்காரர்களும் போராடுகிறார்களே அன்றி, மக்கள் கூட்டத்தில் ஒரு பகுதியராகிய பெண்கள் ஒரு பக்கம் அழுத்தப்பட்டு வருவதைப்பற்றி எவருமே போதிய கவலை கொள்வதாகக் காணோம்.

மனிதப்பிறவி கொண்ட ஆணும், பெண்ணும் இயற்கைத் தத்துவத்திலும், சமுதாய வாழ்க்கைத் தன்மையிலும் ஒருவருக்கொருவர் தாழ்ந்தவர்களல்ல என்பதை அறிவுடைய உலகம் மறுத்தற்கியலாது.

அங்க அமைப்பிலன்றி, அறிவின் பெருக்கிலோ, வீரத்தின் மாண்பிலோ ஆண்-பெண்களுக்குள் ஏற்றத்தாழ்வான வித்தியாசம் எதுவும் காண இயலுமா? இயலவே இயலாது. ஆடவரிலும் சரி, பெண்டிரிலும் சரி, முறையே அறிவாளிகளும், ஆண்மையுடையோரும், அறிவிலிகளும், பேடிகளும் உண்டு. இவ்வாறிருக்கத் திமிர் படைத்த ஆணுலகம் பெண்ணுலகத்தைத் தாழ்த்தி, இழித்து, அடிமைப்படுத்தி வருத்துதல் முறைமையும் நியாயமுமாகுமா?

இந்து மதமென்பதில் ஆணுலகம் தங்கள் சமயப் பெண்ணுலகின் மாட்டுப் பூண்டொழுகும் கொடுமைச் செயல்கள் பலவற்றில் ஈண்டு நாம் விதவைகளைப் பற்றி மட்டும் கவனிப்போம்.

உலக இன்பத்தை நுகர்ந்து அலுத்துப் போயிருக்கும் பழுத்த கிழவனாயினும், தம் மனைவியார் இறந்துபட்டவுடன் மறுமணம் புரிய முயலுகின்றான். அதுவும் தக்க பருவமும்

எழிலும் பொருந்திய இளங் கன்னியர்களைத் தன் துணைவியாகத் தேர்ந்தெடுத்துக் கொள்கிறான். ஆனால், ஒரு பெண்மகள் கொழுநன் இறந்துவிட்டால் பதினாறு வயதுக் கட்டழகியே ஆயினும், உலக இன்பத்தைச் சுவைத்தறியாத வனிதா ரத்னமாயினும் தன் ஆயுள்காலம் முழுவதும் அந்தோ! தன் இயற்கைக்கட்புலனை வலிய அடக்கிக்கொண்டு, மனம் நைந்து, வருந்தி மடியும்படி நிர்ப்பந்திக்கப்பட்டு வருவது என்னே அநியாயம் இது!! இந்து சமயத்தார் என்று கூறப்படுபவர்கள் இவ்வாறு தங்கள் சமூகம் அநியாயமாய் அழிந்துவருவதைப் பார்த்துக்கொண்டு வருவது பெரிதும் வருந்துவதற்குரிய செயலாகும். சுருங்கக்கூறின், இது ஒருவிதச் சமுதாயத் தற்கொலையேயாகும்.

முன்காலத்தில் கணவனைப் பறிகொடுத்த பெண்மணிகளைக் கணவனுடன் வைத்துக் கொளுத்திச் சாம்பலாக்கி விடுதல் வழக்கமாயிருந்தது. இக்கொடிய வழக்கத்தை அக்காலத்தில் ஆங்கிலேய வியாபாரிக் கூட்டத் தலைவராயிருந்த வாரன்ஹேஸ்டிங்ஸும், சுவாமி தயானந்த சரசுவதி போன்ற இந்திய நாட்டு அறிவாளிகளும், பெருமுயற்சி செய்து, அக்கொடும் வழக்கத்தை ஒழித்துவிட்டனர். ‘உடன்கட்டை ஏறுவதை’ நிறுத்துவதற்காகப் போராடிய அக்காலத்திலும், இந்து மத ஆசாரமே அழிந்து போவதாகவும், மதத்திற்கே கேடு வந்துவிட்டதாகவும் பெருங்கிளர்ச்சி ஏற்பட்டது. ஆனால், நாளடைவில் அக்கூக்குரலும் அடங்கி, ‘ஸ்ககமனம்’ என்னும் உடன்கட்டையேறும் கொலை வழக்கம் இந்தியாவைவிட்டு அறவே மறைந்தது.

ஆனால், இப்போது நமது நாட்டில் விதவைகள் மணஞ் செய்துகொள்ளக் கூடாதென்றிருக்கும் வழக்கம், உடன் கட்டை ஏறுவதைவிட மிகக் கொடியதாயிருக்கின்றது. உடன்கட்டை ஏறுவது ஒருநாள் துன்பம்; விதவையாய் வாழ்வதோ வாழ்நாள் முழுதும் தாங்க முடியாச் சித்திரவதைக்கு ஒப்பான துன்பமாக இருந்து வருகிறது. தன் துணைவனை இழந்த கிழவன் வேறு மணஞ் செய்துகொள்ளலாம் என்றும், தன் துணைவனை இழந்த மகப்பேறு பெறாத, இல்லற இன்பத்தை நுகராத - இளம்பெண்களும்கூட மறுமணம் செய்துகொள்ளக்கூடாதென்றும் கூறுவது நடுநிலைமை கொண்ட அறச் செயலாகுமா?

விதவைகள் மறுமணஞ் செய்துகொள்ளும் வழக்கம் கற்புக்குப் பங்கம் விளைவிப்பதாகும் என்று கூறினால், அது சற்றும் பொருந்தாது. விதவைக்கு மறுமணஞ் செய்விக்காவிட்டால்தான்

அக்கற்புக்கு ஆபத்து உண்டாவது பெரிதும் அனுபவபூர்வமாய் யாவரும் அறியக் கிடந்த உண்மை.

விதவையாகி விட்டால் ஒரு பெண்ணின் உள்ளத்தில் உண்டாகும் இயற்கை இன்ப உணர்ச்சி மங்கிவிடுமா? இயற்கையில் எழும் இன்ப உணர்ச்சியை இளமங்கையர் எங்ஙனம் அடக்கிக் கொண்டிருத்தல் சாலும்? எனவே, எத்துணைக் கட்டுப்பாடுகளை அவர்கள் வைத்திருப்பினும், இயற்கையை வெல்ல வழியற்று, படிற்றொழுக்கத்தில் வீழ்ந்து, கள்ளத்தனமாய்க் கருவுற்று, சிசுக்கொலைத் தோஷத்திற்கும் தீராத அவமானத்திற்கும் ஆளாகி வருகின்றார்கள். இக்குற்றம் யாரைச் சாரும்? விதவைகளை மறுமணம் செய்யக்கூடாதென்று பலாத்காரமாய்ச் சிறைப் பிடித்து வைத்திருக்கும் அவர்களின் சமூகத்தார்களையே சாரும் என்பது உறுதி. மறுமணம் செய்துகொள்ள விரும்பும் பெண்களுக்குத் தாராளமாய் மணஞ் செய்துகொள்ள இடமளிக்க வேண்டுமென்பதே நமது கோரிக்கை.

விதவைகளின் கல்யாணத்தைப்பற்றி இவ்வாறு எழுதும் நான் எழுத்தளவோடும், பேச்சளவோடும் ஆதரிக்கின்றேனா, அன்றிச் செயலிலும் அதை ஆதரிக்கின்றேனா என்ற அய்யம் பல தோழர்களுக்கு உண்டாகலாம். இதன் பொருட்டேனும் எனது கருத்தைப் பிரதிபலிக்கும் செய்கையைக் கூற விரும்புகிறேன்.

நான் கர்நாடக பலிஜநாயுடு வகுப்பில் பிறந்தவன். எனது வகுப்பார் பெண் மக்கள் முக்காட்டுடன் கோஷாவாக இருக்க வேண்டியவர்கள் எனவும், விதவா விவாகத்தை அனுமதிக்கப்படாத வகுப்பினரெனவும் வழங்கப்படுபவர்கள். நான் பிறந்த குடும்பமோ அளவுக்கு மிஞ்சிய ஆசாரத்தையும், வைணவ சம்பிரதாயத்தையும் கடுமையாய் ஆதரிக்கும் குடும்பம். இப்படி இருந்தபோதிலும் என்னுடைய 7ஆவது வயதிலிருந்தே மக்களில் உயர்வு தாழ்வு கற்பித்தலையும், ஒருவர் தொட்டதை மற்றொருவர் சாப்பிடலாகாதெனச் சொல்வதையும் நான் பரிகாசம் செய்து வந்ததோடு, எவரையும் தொடுவதற்கும், எவர் தொட்டதையும் சாப்பிடுவதற்கும் நான் சிறிதும் பின் வாங்கியதே கிடையாது. என்னைச் சிறுவயதிலிருந்தே எங்கள் வீட்டு அடுப்பங்கரைக்குள் செல்ல அனுமதிக்க மாட்டார்கள். நான் தொட்ட சொம்பை என் தகப்பனார் தவிர, மற்றையோர் கழுவாமல் உபயோகப்படுத்த மாட்டார்கள். எங்கள் குடும்ப ஆசார, அனுஷ்டானங்களைப் பார்த்துப் பொறாமைப்படுபவர்கள் என்னைப் பார்த்துச் சாந்தியடைந்து

விடுவார்கள். "நாயக்கருக்கு அவர்கள் ஆசாரத்திற்கேற்றாற் போல்தான் ஒரு பிள்ளை; என்றாலும், பிள்ளை நவமணியாய்ப் பிறந்திருக்கிறது" என்று சொல்லிப் பரிகாசம் செய்வார்கள். என்னுடைய 16 ஆம் வயதிலே பெண்மக்களைத் தனித்த முறையில் பழக்குவதையும் அவர்களுக்கெனச் சில கட்டுத்திட்டங்கள் ஏற்பாடு செய்வதையும் ஆண்மக்களின் அகம்பாவம் என்றும் நினைத்து வந்தேன்.

இஃது இவ்வாறிருக்க என் தங்கை தனது இளம் வயதிலேயே ஒரு பெண் குழந்தையையும், ஓர் ஆண் குழந்தையையும் விடுத்து இறந்துவிட்டார். இவற்றுள் அம்மாயி என்றழைக்கப்படும் என் தங்கையின் புதல்விக்கு 10 ஆவது வயதில் சிறந்த செல்வாக்கோடு ஒரு 'செல்லக் கல்யாணம்' செய்து வைத்ததோடு, கல்யாணம் செய்த 60 ஆம் நாள் அப்பெண்ணின் கணவன் என்னும் 13 வயதுள்ள சிறு பையன் ஒரு நாள் பகல் 2 மணிக்கு விஷ பேதியால் உயிர் துறந்தான். அவன் இறந்தான் என்ற செய்தியைக் கேட்டதும் அப்பெண் குழந்தை (என் சகோதரியின் புதல்வி) என்னிடம் ஓடிவந்து, "மாமா, எனக்குக் கல்யாணம் செய்துவை என்று நான் உன்னைக் கேட்டேனா? இப்படி என் தலையில் கல்லைப் போட்டாயே" என்று 'ஹோ' வென்று அலறிய சத்தத்தோடு என் காலடியில், மண்டையில் காயமுண்டாகும்படி திடீரென்று விழுந்தது. துக்கம் விசாரிப்பதற்காக அங்கு வந்திருந்த ஆண், பெண் உள்பட சுமார் 600, 700 பேர்கள் அக்குழந்தையையும், என்னையும் பார்த்தவண்ணமாய்க் கண்களிலிருந்து தாரைதாரையாய்க் கண்ணீர் வடித்தனர். எனக்கும் அடக்கவொண்ணா அழுகை வந்துவிட்டது. ஆனால், கீழே விழுந்து கிடந்த அந்தக் குழந்தையை நான் கையைப் பிடித்துத் தூக்கும்போதே அதற்கு மறுபடியும் கல்யாணம் செய்து விடுவது என்கின்ற உறுதியுடனே தூக்கினேன்.

பிறகு, அந்தப் பெண் பக்குவமடைந்த ஒரு வருடத்திற்குப் பின் அதற்குக் கல்யாணம் செய்ய நானும் என் மைத்துனரும் முயற்சி செய்தோம். இச்செய்தி என் பெற்றோருக்கும், மற்றொருவருக்கும் எட்டவே, அவர்கள் இதைத் தங்கள் வகுப்புக்கு ஒரு பெரிய ஆபத்து வந்துவிட்டதுபோலக் கருதி, பெரிதும் கவலைக்குள்ளாகி, நாங்கள் பார்த்து வைத்த இரண்டொரு மாப்பிள்ளைகளையும் கலைத்தார்கள். முடிவில் என் மைத்துனரின் இரண்டாவது மனைவியின் சகோதரரைப் பிடித்துச் சரி செய்து எவரும் அறியாவண்ணம் பெண்ணையும், மாப்பிள்ளையையும்,

மாப்பிள்ளையைச் சென்னை வழியாகவும், பெண்ணைத் திருச்சி வழியாகவும் சிதம்பரத்திற்கு அழைத்துச் சென்று அங்குக் கோயிலில் கல்யாணம் செய்வித்து, ஊரிலேயே இருக்க வேண்டியதாயிற்று. ஏனெனில், அவர்கள் போயுள்ள செய்தியைச் சுற்றத்தார் அறிந்தால், ஏதாவது சொல்லி மாப்பிள்ளையை தடை செய்துவிடுவார்களோ என்கின்ற பயத்தாலும், நான் ஊரிலிருந்தால் கல்யாணத்திற்காக வெளியூருக்குப் போயிருக்கிறார்களெனச் சந்தேகமிராது என்கின்ற எண்ணங்கொண்டுமே ஆகும். இக்கல்யாணத்தின் பலனாக இரண்டு மூன்று வருட காலமாக பந்துக்களுக்குள் வேற்றுமையும், பிளவும் ஏற்பட்டு, சாதிக் கட்டுப்பாடு இருந்து, பிறகு அனைத்தும் சரிப்பட்டுப் போயின.

பெண்ணும், மாப்பிள்ளையும் ஒத்து வாழ்ந்து, ஓர் ஆண் மகவைப் பெற்றனர். ஆனால், சில காலம் வாழ்ந்து பின், அந்த இரண்டாவது புருஷனும் இறந்துவிட்டார். இப்பொழுது தாயும், மகனும் சேமமாய் இருக்கிறார்கள். எவ்வளவோ இடருக்குள் அகப்பட்டு அக்கல்யாணத்தை முடித்து வைத்தேன் என்றாலும், இன்னும் எனது வகுப்பில் 13 வயதுக்குக் கீழ்ப்பட்ட விதவைக் குழந்தைகள் சிலர் இருக்கின்றனர். பாவம், அக்குழந்தைகளை அவர்களின் பெற்றோர்கள் தீண்டத்தகாதோர்போல் கருதி நடத்துவதைத் தினமும் பார்க்கப் பார்க்கப் பரிதாபமாயிருக்கிறது.

விதவைகளின் விஷயம் எனது நினைவிற்கு வரும்பொழுதும் - நேரில் காண நேரும்பொழுதும், “இது உலக இயற்கை அல்ல, எளியாரை வலியார் அடக்கி ஆண்டு இம்சிப்பதேயாகும்” என்றே முடிவு செய்வேன். இந்து சமூகம் எந்தக் காலத்தில், எவருடைய ஆதிக்கத்தில் கட்டுப்பட்டதோ, அன்றி, மதமில்லாமல் முறையில்லாமல் இருந்து இயற்கையாகவே - ஏதாவது கட்டுப்பாடுகள் ஏற்பட்டு அவற்றை வலியவர்கள் தங்கள் தங்கள் சுயநலத்திற்குத் தக்கபடி திருப்பிக்கொண்டார்களோ என நினைக்கும்படி இருந்தாலும், பொதுவாய் விதவைத் தன்மை நிலைத்திருக்கும் காரணத்தினாலேயே இந்து சமூகம் ஒரு காலத்தில் அடியோடு அழிந்து போனாலும் போகுமென்பதே எனது முடிவான கருத்து.

அரசியல் என்றும், சமூகவியல் என்றும், ஜனாச்சாரச் சீர்திருத்தவியல் என்றும், பெண்கள் முன்னேற்ற இயல் என்றும் சொல்லிக்கொண்டு வேலை செய்யும் மக்களில் பெரும்பான்மையோர் அவ்வேலையைத் தங்கள் வாழ்விற்கும்,

கீர்த்திக்கும், சுயநலத்திற்கும் உபயோகப்படுத்திக் கொள்வோராக இருக்கிறார்களே தவிர, உண்மையில் விதவைப் பெண்களின் பேரில் அனுதாபங்கொண்டு உழைப்பவர்கள் அரிதினும் அரிதாகிவிட்டனர் என்று சொல்வதற்கு மன்னிக்க வேண்டுகிறேன். அன்றியும், இத்துறைகளிலும் சீர்திருத்தங்களிலும் பாடுபடுபவர்களாய்க் காணப்படுவோரில் பெரும்பாலோர் தாங்கள் செய்யும் காரியம் சரியென்ற தீர்மானம் தங்களுக்கே இல்லாமல் உலக ஒப்புக்கு இவ்விஷயங்களுக்காக உழைப்பவர்களாக விளம்பரப்படுத்திக் கொள்கிறவர்களாக இருக்கிறார்கள் என்றே உணருகிறேன்.

பெண்கள் விடுதலையையும், முன்னேற்றத்தையும் பற்றிப் பேசுவோர் பெரிதும் தங்கள் வீட்டுப் பெண்களைப் படுதாவுக்குள் வைத்துக்கொண்டும், விதவா விவாகத்தைப் பற்றிப் பேசுவோர் தங்கள் குடும்பங்களில் உள்ள விதவைகளைச் சிறையிலிட்டதுபோல் காவலிட்டு விதவைத் தன்மையைக் காப்பாற்றிக்கொண்டும் இருக்கிறார்களே தவிர உண்மையில் ஒரு சிறிதும் தங்கள் நடவடிக்கையில் காட்டுவதில்லை. இதன் காரணம் என்னவென்று ஆராய்ந்தால், பெண்மக்கள் என்று நினைக்கும்போதே அவர்கள் அடிமைகள், ஆண்மக்கட்கு அடங்கினவர்கள், கட்டுப்படுத்தி வைக்கப்பட வேண்டியவர்கள் என்கின்ற உணர்ச்சி ஏற்படுகிறதல்லாமல், பெண்களை அடக்கி ஒடுக்கி வைத்திருப்பதில் அவர்கள் ஒரு பெருமையையும் அடைகிறார்கள். இதனாலேயே பெண்களை அநேகர் விலங்குகளைப்போல் நடத்தி வருகிறார்கள். அவர்களுக்குச் சுதந்திரம் கொடுப்பது என்கின்ற விஷயத்தை நினைக்கும்போதே, ‘செய்யக்கூடாத ஒரு பெரிய குற்றமான செய்கையை’ செய்ய நினைக்கிறது போலவே கருதுகிறார்கள். அதனால் மனித சமூகத்தில் சரி பகுதியான எண்ணிக்கையினருக்குப் பிறவியிலேயே சுதந்திரம் இல்லை என்பதுதானே இதன் பொருள்? ஆடவருக்குப் பெண்டிரைவிடச் சிறிது வலிமையை அதிகமாக ஏற்படுத்திக்கொண்ட குற்றந்தான், இம்மாதிரி ஒரு சரிசமமான சமூகத்தை சுதந்திரமில்லாமல் அடிமைப்படுத்தும் கொடுமையை அனுஷ்டிக்க வேண்டியதாயிற்று; இந்தத் தத்துவமே வரிசைக் கிரமமாக மேலோங்கி எளியார் வலியாரால் அடிமையாக்கப்பட்டு வருகின்றனர்.

உலகில், மனித வர்க்கத்தினருக்குள் இருக்கும் அடிமைத்தன்மை ஒழியவேண்டுமானால், பெண்ணுலகை அடிமையாகக் கருதி நடத்தும் அகம்பாவமும் கொடுமையும் அழிய வேண்டும்.

அது அழிந்த நிலையே சமத்துவம், சுதந்திரம் என்னும் முளை முளைக்கும் இடமாம். இதற்கு விதவைகளுக்கு மறுமணம் செய்துகொள்ள உரிமை ஏற்படுத்துவதே முதல் காரியமாகும்.

தேசிய சர்வாதிகாரியும், வர்ணாசிரமப் பித்தும், பழைமைப்பற்றும் மிக்குடைய தோழர் காந்தியும் இந்து விதவைகளைப்பற்றி அநேக இடங்களில் பேசியும் எழுதியும் வந்திருக்கிறார். அவற்றுள் 1925 ஆம் வருடத்தின் 'நவஜீவன்' பத்திரிகையைப் படித்தால் உண்மை புலனாகும். அக்கட்டுரையில் சில பாகமாவது:

"பால்ய விதவைகளைக் கட்டாயப்படுத்தி வைத்திருப்பது போன்ற இயற்கைக்கு விரோதமான பொருள் உலகில் வேறொன்றுமில்லை என்பது திடமான நம்பிக்கை. விதவைத்தன்மை என்பது எவ்விதத்திலும் ஒரு தர்மமாகாது; பலாத்காரத்தினால் நடத்தும் கைம்மை வாழ்வு பாவமானது.

பதினைந்து வயதுள்ள ஒரு பால்ய விதவை தானாகவே விதவை வாழ்வைக் கொண்டிருக்கிறாள் என்று சொல்லுவது, அவ்விதம் கூறுபவரின் கொடூர சுபாவத்தையும் அறியாமையையுமே அது விளக்குகிறது" என்று எழுதிவிட்டு, விதவைகள் மறுமணம் செய்துகொள்ள வேண்டுமென்பதாக உள்ளன்போடும், ஆவேசக் கிளர்ச்சியோடும் தோழர் காந்தி கூறிய வார்த்தைகள் சிலவற்றைக் ஈண்டுக் கவனிப்போம்.

"அமைதியுடன் தங்களுடைய உண்மையான கருத்தைத் தங்களின் பெற்றோர் அல்லது போஷகர்களான ஸ்திரீ, புருஷர்களிடம் தைரியமாய்ச் சொல்லிவிட வேண்டும். அவர்கள் அதைக் கவனிக்காவிட்டால், தாங்களே ஒரு யோக்கியமான புருஷன் கிடைத்தால் விவாகம் செய்து கொள்ளட்டும்.

விதவைகளின் போஷகர்கள் இதைச் சரிவரக் கவனியாவிடின், பின்னால், பச்சாதாபப்படுவார்கள். ஏனெனில், நான் ஒவ்வோரிடத்திலும் துராசாரத்தையே பார்த்துக்கொண்டு வருகிறேன். விதவைகளைப் பலாத்காரமாய்த் தடுத்து விதவைத் தன்மையை அனுஷ்டிக்கச் செய்தால் விதவைகளுக்காவது, குடும்பத்திற்காவது அல்லது விதவா தர்மத்திற்காவது மேன்மை உண்டாகவே மாட்டாது. இம்மூன்று தத்துவங்களும் நசிந்து வருவதை என் கண்களினாலேயே பார்த்துக் கொண்டிருக்கிறேன். பால்ய விதவைகளே! நீங்களும்,

உங்களைப் பலவந்தப்படுத்தி விதவைகளாக வைத்திருக்கும் ஸ்திரீ, புருஷ வர்க்கங்களும் இதையறிவீர்களாக" என்று எழுதியுள்ளார்.

நிற்க, 1921 ஆம் வருஷத்திய ஜனசங்கியைப்படி இந்துக் கைம்பெண்ணின் தொகையினை நோக்குகையில் அய்யகோ! என் நெஞ்சம் துடிக்கின்றது!

1 வயதுள்ள விதவைகள்.................................... 597

1 முதல் 2 வயதுள்ள விதவைகள்........................ 494

2 முதல் 3 வயதுள்ள விதவைகள்...................... 1,257

3 முதல் 4 வயதுள்ள விதவைகள்...................... 2,837

4 முதல் 5 வயதுள்ள விதவைகள்...................... 6,707

5 முதல் 10 வயதுள்ள விதவைகள் 85,937

10 முதல் 15 வயதுள்ள விதவைகள் 2,32,147

15 முதல் 20 வயதுள்ள விதவைகள் 3,96,172

20 முதல் 25 வயதுள்ள விதவைகள் 7,42,820

25 முதல் 30 வயதுள்ள விதவைகள் 11,63,720

ஆக மொத்த விதவைகள்.............................26,31,788

மேலும் இத்தகைய விதவைத்தன்மையானது பிரஜா உற்பத்திக்குப் பேரிடராயிருக்கிறது. இந்து மதத்திலிருந்து எவரேனும் இரண்டொருவர் பிற மதத்திற்கு மாற்றப்பட்டால், இந்து மக்கள் தங்கட்குப் பெரும் துன்பம் நேரிட்டுவிட்டதாகக் கருதி பரிதாபப்படுகின்றார்கள். இதன் காரணம் என்ன? தமது சமயத்தில் இருவர் குறைந்துவிட்டதால், இந்து சமூகத்திற்கே ஒரு பெரும் கஷ்டமும், நஷ்டமும் ஏற்பட்டுவிட்டது என்ற எண்ணத்தினால் இந்த இரண்டு நபருக்காக இவ்வளவு துக்கமும் துயரமும் ஏற்படுமானால் தற்காலம் நமது இந்திய நாட்டிலுள்ள இருபத்தாறு லட்சத்து முப்போத்தோராயிரத்து எழுநூற்று எண்பத்தெட்டு விதவைகள் (இப்போது சுமார் 5 லட்சம் அதிகம் பெருகியிருப்பர்) கல்யாணம் செய்துகொண்டு இல்லற வாழ்க்கை நடத்துவதாயிருந்தால் எத்தனை குழந்தைகள் பெறக்கூடும்? சராசரி மொத்தத்தில் மூன்றில் இருமடங்குப் பெண்கள் 2 வருடத்திற்கு ஒரு குழந்தை வீதம் பெறுவதாக வைத்துக் கொண்டாலும், தடவை ஒன்றுக்கு 87,726 குழந்தைகள் வீதம் வருடம் பத்துக்கு 4,38,631 பிரஜா உற்பத்தியை நாம் கெடுத்துக்கொண்டு வருகின்றோம். இது இரண்டொருவர்

மதம் மாறுவதால் நஷ்டம் வந்துவிட்டதாகக் கருதுவோருக்குப் புலப்படுவதில்லை. பால் மணம் மாறாத 5 வயதிற்குட்பட்ட இளங்குழந்தைகள் மாத்திரம் 18,892 பேர்கள் இருக்கிறார்கள் என்பதையும் தன் பிறவிப் பயனையே நாடுதற்கில்லாது- இன்பந் துய்த்தற்கில்லாது அடக்கி வைக்கப்பட்டிருக்கும் 15 வயதிற்குட்பட்ட கைம் பெண்கள் 2,32,147 பேர் இருக்கிறார்கள் என்பதையும் கேட்க என் குலை நடுங்குகிறது. இத்தகைய படுமோசமான விதவைத் தன்மையை எந்த நாகரிக உலகம் ஏற்கும்? விதவைகளின் கொடுமையை நீக்க ஒரு நூறு வருடங்களாக இராஜாராம் மோகன்ராய், ஈஸ்வரசந்திர வித்தியாசாகரர், கோலாப்பூர் மகாராஜா, சுரேந்திரநாத் பானர்ஜி, விரேசலிங்கம் பந்துலு, மகாதேவ கோவிந்த ரானடே, வேமண்ணா, சர் கங்காராம் முதலிய அறிஞர்கள் பாடுபட்டுழைத்தனர். இதுபோழ்தும் இத்தகைய சீர்திருத்தத்துறையில் பல பாஞ்சாலத் தலைவர்கள் இறங்கி உழைத்து வருகின்றனர்.

விதவா விவாக விஷயத்தில் பெருந்துயில் கொண்டிருந்த இந்தியா இப்பொழுது சிறிது சிறிதாகவாவது விழிப்புற்று விதவை மணத்தை ஆதரிக்க முன்வருவதும், சிலர் அது சம்பந்தமான பிரச்சாரம் செய்து வருவதும் - விதவா விவாகத்தை ஆதரித்துச் சிற்சில நூல்கள் வெளிவருவதும் ஓர் நற்சகுனமென்றே கருதவேண்டியிருக்கிறது.

தமிழ் மக்கள் இனி நாட்டின் நலத்தையும், சமூக முன்னேற்றத்தையும், மனுஷிக ஜீவகாருண்யத்தையும் எண்ணி, இவ்விஷயத்தில் முன்போன்று சிரத்தை குன்றியிராது, ஆங்காங்கே விதவா விவாக சபைகள் ஏற்படுத்தியும், பிரசங்கங்கள் செய்தும், துண்டுப் பிரசுரங்கள் வெளியிட்டும் விதவைத் தன்மையின் கொடுமையை ஒழிக்க முன் வருவார்களாக.

(குடியரசு, 22.8.1926)

சொத்துரிமை

இந்திய நாட்டில், பெரும்பாலும் உலகத்தின் வேறு எங்கும் இல்லாததும், மனிதத்தன்மைக்கும், நியாயத்திற்கும், பகுத்தறிவிற்கும் ஒவ்வாததுமான கொடுமைகள் பல இருந்து வந்தாலும், அவற்றுள் அவசரமாய்த் தீர்க்கப்பட வேண்டியதும், இந்தியர்கள் காட்டுமிராண்டிகள் அல்ல எனவும், மனிதத்தன்மையும், நாகரிகமும் உடையதான சமூகம் எனவும் உலகத்தாரால் மதிக்கப்பட வேண்டுமானால் மற்றும் உலகிலுள்ள பெரும்பான்மையான நாட்டார்களைப் போலவே அந்நிய நாட்டினர்களின் உதவியின்றித் தங்கள் நாட்டைத் தாங்களே பாதுகாத்துக் கொள்ளவும், ஆட்சி நிர்வாகம் செய்யவும் தகுதியுடையவர்கள் என்று சொல்லிக் கொள்ளவும் வேண்டுமானால், முக்கியமாகவும் அவசரமாகவும் ஒழிக்கப்பட வேண்டியதாக இருக்கும் கொடுமைகள் இரண்டு உண்டு.

அவைகளில் முதலாவது எதுவென்றால், இந்திய மக்களிலேயே பல கோடி ஜனசங்கியை உள்ள பல சமூகங்களைப் பிறவியிலேயே தீண்டாதவர்கள் என்று கற்பித்து, அவர்களைப் பகுத்தறிவற்ற மிருகங்களிலும் கேவலமாக உணர்ச்சியற்ற பூச்சி புழுக்களிலும் இழிவாகவும் நடத்துவதாகும்.

இரண்டாவது எதுவென்றால், பொதுவாக இந்தியப் பெண்கள் சமூகத்தையே அடியோடு பிறவியில் சுதந்திரத்திற்கு அருகதையற்றவர்கள் என்றும், ஆண்களுக்கு அடிமையாகவே இருக்க ‘கடவுளாலேயே’ சிருஷ்டிக்கப்பட்டவர்கள் என்றும் கற்பித்து, அவர்களை நகரும் பிணங்களாக நடத்துவதாகும். ஆகவே, மேற்கண்ட இந்த இரண்டு காரியங்களும் எந்தக் காரணத்தை முன்னிட்டும் இந்தியாவில் இனி அரைஷணம்கூட இருக்கவிடாமல் ஒழித்தாக வேண்டியவைகளாகும்.

மேலும், நாம் மேற்கண்ட இரண்டு கொடுமைகளும் அழிக்கப்படாமல், இந்தியாவுக்குப் பூரண சுதந்திரம் கேட்பதோ, இந்தியாவின் பாதுகாப்பையும், ஆட்சி நிர்வாகத்தையும் இந்திய மக்கள் தாங்களே பார்த்துக்கொள்கிறோம் என்று சொல்லுவதோ மற்றும் இந்தியாவிற்கு அந்நியருடைய சம்பந்தமே சிறிதும் வேண்டாம் என்று சொல்லுவதோ ஆகிய காரியங்கள் முடியாதென்றும், முடியுமென்று யாராவது சொல்வதானால், சுயநலச் சூழ்ச்சியேகொண்ட நாணயத் தவறான காரியமாகுமென்றும் சொல்லி வருகிறோம் என்பதோடு இப்படிச் சொல்லும் விஷயத்தில் நமக்குப் பயமோ, சந்தேகமோ கிடையாது என்றும் சொல்லுவோம். அதனால்தான், இவ்வித முட்டாள்தனமானதும், சூழ்ச்சியானதுமான முயற்சிகளை நாம் எதிர்க்கவேண்டியவர்களாயும் இருக்கிறோம்.

ஏனெனில், நம்மில் ஒரு கூட்டத்தாரையே நாம் நமது சமூகத்தாரென்றும், நமது சகோதரர்களென்றும், ஜீவகாருண்யமென்றும்கூடக் கருதாமல் நம் மக்களுக்கே நாம் விரும்பும் சுதந்திரமளிக்காமல், மனிதர்கள் என்றுகூடக் கருதாமல் அடிமைப்படுத்தி, கொடுமைப்படுத்தி, இழிவுபடுத்தித் தாழ்த்தி வைத்திருக்கிறோம். ஆதலால், அத்தாழ்த்தப்பட்ட மக்களின் நலத்தையோ, விடுதலையையோ நம்மிடம் ஒப்புவிப்பதென்றால், கசாப்புக் கடைக்காரரிடம் ஆடுகளை ஒப்புவித்ததாகுமே தவிர, வேறல்ல என்று கருதுவதால்தானே ஒழிய வேறல்ல.

இந்தத் தத்துவமறியாத, சில தீண்டப்படாதவரென்ற தாழ்த்தப்பட்ட மக்களும், சுதந்திரம் அளிக்கப்படாதவர்கள் என்ற அடிமைப்படுத்தப்பட்ட பெண்களும் தங்களுக்கு மற்றவர்களால் இழைக்கப்பட்ட கொடுமையையும், இழிவையும் கருதிப் பாராமல், இந்தியச் சுதந்திரம் விடுதலை என்கின்ற கூப்பாடுகளில் இவர்களும் கலந்துகொண்டு தாங்களும் அவர்களுக்கு உண்மையான சுதந்திரம், விடுதலை என்பவைகளின் பொருள் தெரியாததாலும், தெரிய முடியாமல் வைத்திருந்த வாசனையினாலும் இவ்வாறு அறியாமல் திரிகின்றார்களே தவிர வேறில்லை.

தீண்டாமை என்னும் விஷயத்தில் இருக்கும் கொடுமையும், மூடத்தனமும், மூர்க்கத்தனமும் யோசித்துப் பார்த்தால், அதை மன்னிக்கவோ அலட்சியமாகக் கருதவோ 'நாளை பார்த்துக்கொள்ளலாம்; இப்போது அதற்கு என்ன அவசரம்' என்று காலந்தள்ளவோ சிறிதும் மனம் இடந்தருவதில்லை. ஒருவனை அதாவது, பிறரைத் தீண்டாதார் எனக் கருதி

கொடுமைப்படுத்துகின்றவர்களை அத்தீண்டாதார்களுக்கு இருக்கும் உண்மையான கஷ்டத்தை உணரச் செய்ய வேண்டுமானால், இப்போதைய வெள்ளைக்கார அரசாங்கத்தின்கீழ் அனுபவிக்கும் மனுதர்மக் கொடுமைகள் என்பவைகள் போதாது என்றும் சிறிதும் சுதந்திரம், சமத்துவம் அற்றதும் சதா ராணுவச் சட்டம் அமலில் இருப்பதுமான ஏதாவது ஒரு கொடுங்கோல் ஆட்சி இருந்தால்தான் இம்மாதிரிக் கொடுமைப்படுத்துகின்ற மக்களுக்கு உணர்ச்சி வந்து, புத்தி வருமென்றும் நமக்குச் சிற்சில சமயங்களில் தோன்றுவதுண்டு.

ஆனால், இந்தியாவை இம்மாதிரி மூர்க்கத்தனமும் நாணயக் குறைவும் மாத்திரம் சூழ்ந்து கொண்டிருக்காமல், மூடத்தனமும் சேர்ந்து கட்டிப்பிடித்துக்கொண்டிருப்பதால் இன்னமும் எவ்வளவு இழிவையும், கொடுமையும் ஏற்பட்டாலும் இம்மாதிரியான மக்களுக்கு உண்மையான துன்பத்தை உணரத்தக்க நிலைமை ஏற்படுவது கஷ்டமாக இருக்கும் என்றாலும், இந்நிலை மாறுதலடையக் கூடும் என்ற உறுதியை உண்டாக்கத்தக்க நம்பிக்கை கொள்வதற்கு இடமில்லாமல் போகவில்லை.

இனி பெண்கள் விஷயத்தில் இதுபோலவேதான் அவர்களு நடைய சுதந்திரத்தையும், உணர்ச்சியையும் கட்டிப்போட்டிருக்கும் கொடுமையானது, இந்தியர்களுக்கு சுதந்திர உணர்ச்சியே இல்லை என்பதைக் காட்டவும் அவர்கள் அடிமைகளின் குழந்தைகள் என்பதை ஒப்புக் கொள்ளவும் ஆதாரமானதென்றுதான் சொல்ல வேண்டும்.

எப்படியெனில், இவ்விரண்டைப் பற்றி இந்திய விடுதலைவாதிகள், சுதந்திரவாதிகள், சுயேச்சைவாதிகள், தேசியவாதிகள், மக்கள் நல உரிமைவாதிகள் என்கின்ற கூட்டத்தார் ஆகியவர்களுக்குச் சிறிதும் உண்மையான கவலை இல்லாவிட்டாலும், மேற்கண்ட கூட்டத்தார்களில் 100க்கு 90 பேர்களுக்கு மேலாகச் சுயநலங்கொண்ட நாணய மற்றவர்களாகவே காணப்படினும், இவர்களது முயற்சி இல்லாமலும் சில சமயங்களில் மேற்கண்ட சுயநலச் சூழ்ச்சிவாதிகளின் எதிர்ப்பிற்கும் இடைஞ்சலுக்கும் இடையிலும் கொடுமைகள் அனுபவிக்கும் மேற்கண்ட இருவகையாருக்கும் விமோசனம் ஏற்படுவதற்கு அறிகுறிகள் ஆங்காங்கு வேறு ஒரு வழியில் காணப்படுகின்றதைப் பார்க்கச் சிறிது மகிழ்ச்சி அடைகின்றோம். அதாவது இந்திய சுதேச சமஸ்தானங்கள் என்று சொல்லப்படும் மைசூர்,

பரோடா, காஷ்மீர், திருவனந்தபுரம் முதலிய சமஸ்தானங்கள் பிரிட்டிஷ் இந்திய ராஜ்யத்தைவிட, பிரிட்டிஷ் இந்தியாவில் உள்ள சீர்திருத்தக்காரர்களைவிட இந்தக் கொடுமைகளை ஒழிக்க ஒவ்வொரு துறையிலும் ஒவ்வொன்றுமாக முன்வந்திருக்கின்றது என்பதாகும்.

காஷ்மீர் சமஸ்தானத்தில் எந்த விஷயத்திலும் தீண்டாமையைப் பாவிக்கக்கூடாதென்றும், தீண்டப்படாதார் என்னும் வகுப்பாருக்கு மற்றவர்களைப்போல் சகல உரிமைகளும் அளிக்கப்பட்டிருப்பதோடு, கல்வி விஷயத்தில் அவர்களுக்குச் சாப்பாடு போட்டும் இலவசமாய்க் கற்றுக்கொடுக்க வேண்டும் என்றும் தீர்மானமாயிருக்கும் விஷயம் முன்பே தெரிவித்திருக்கிறோம்.

மற்றும் திருவாங்கூர் சமஸ்தானத்தில் தீண்டப்படாத மக்கள் என்பவர்களுக்கு கோவில்கள், தெருக்கள், குளங்கள் ஆகியவை தாராளமாகத் திறக்கப்பட்டு, இவ்விசயங்களில் மற்றவர்களுக்குள்ள சுதந்திரங்கள் அளிக்கப்பட்டிருப்பதோடு, பெண்களைக் கடவுள் பேரால் விபச்சாரிகளாக்கிக் கோயில்களின் ஆதரவுகளைக் கொண்டு அவ்விபச்சாரத் தன்மையை நிலை நிறுத்துவதையும், அஃதன்றி நடந்துவரும் விபச்சாரத்தையும் ஒழிக்கச் சட்டம் நிறைவேற்றி அமலுக்குக் கொண்டு வந்ததையும் முன்னமே தெரிவித்திருக்கின்றோம்.

இப்போது மைசூர் சமஸ்தானத்தில் பெண்களுக்குச் சொத்துரிமை வழங்கும் விஷயமாக யோசனை செய்யப்பட்டு, அந்த யோசனையை அரசாங்கமும், ஜனப்பிரதிநிதிகளும் ஒப்புக்கொண்டு அதற்காக ஒரு கமிட்டியும் நியமித்து அக்கமிட்டியார் பெண்களுக்குச் சொத்துரிமை அளிக்கலாம் என்ற தத்துவத்தை ஒப்புக்கொண்டு ஏகமனதாக ரிப்போர்ட் அனுப்பி இருப்பதாயும் எல்லாத் தினசரிப் பத்திரிகைகளிலும் வெளியாகியிருக்கிறது.

அதன் முக்கிய பாகம் என்னவென்றால்:-

1. பெண்கள் வாரிசுச் சொத்துரிமை அனுபவிக்கத் தகுதி உடையவர்கள் அல்லவென்பது கொடுமையும் அநீதியுமாகும்.

2. பெண்கள் சீதனம், நன்கொடை முதலிய சொத்துக்களை அடைந்து அவைகளை வைத்து நிர்வகித்துவரத்தக்கவர்கள் என்ற உரிமையும், வழமையும் இருக்கும்போது, வாரிசான சொத்தை அடைய ஏன் தகுதியுடையவர்களாகமாட்டார்கள்?

3. பெண்களுக்கு வாரிசுச் சொத்துரிமை இல்லையென்பது பெண்கள் முன்னேற்றத்திற்குத் தடையாயிருப்பதோடு பொதுவாக இந்து சமூக முன்னேற்றத்திற்கு கேடாயிருக்கிறது.

4. ஆகவே இவற்றிற்கான சட்டம் செய்ய வேண்டியதும், பெண்கள் என்கின்ற காரணத்திற்காக இவர்களுக்கு எவ்விதச் சிவில் உரிமையும் தடுப்பது கூடாதென்று திட்டமாய் முடிவு செய்துவிட வேண்டியதுமான காலம் வந்துவிட்டது.

5. எந்தவிதமான சீதனச் சொத்தையும் பெண்கள் தங்கள் இஷ்டப்படி விநியோகித்துக் கொள்ளலாம் என்பவைகளாகும்.

இவைகள் ஒருபுறமிருக்க, மற்றொரு விஷயத்திலும் பெண்களுக்குச் சில சுதந்திரங்கள் அளிக்க அக்கமிட்டி சிபாரிசு செய்திருப்பது மிகவும் பாராட்டத்தக்கதாகும். அவை என்னவெனில், 'புருஷன் மேக வியாதிக்காரனாகவாவது, கொடிய தொத்து வியாதிக்காரனாகவாவது இருந்தாலும், வைப்பாட்டி வைத்திருந்தாலும், தாசி, வேசி வீடுகளுக்குப் போய்க் கொண்டிருப்பவனாயிருந்தாலும் மறுவிவாகம் செய்து கொண்டிருப்பவனாயிருந்தாலும், கொடுமையாய் நடத்தினாலும், வேறு மதத்திற்குப் போய்விட்டாலும், புருஷனை விட்டுப் பிரிந்திருக்கவும், புருஷனிடம் ஜீவனாம்சம் பெறவும் உரிமையுண்டு' என்பதாகும்.

அதோடு மேற்படி விஷயங்களை அனுசரித்து ஒரு மசோதாவும் தயாரிக்கப்பட்டிருக்கின்றதாகவும் காணப்படுகின்றது.

ஆகவே, இந்தச் சட்டம் அநேகமாகக்கூடிய சீக்கிரம் மைசூர் சமஸ்தான சட்டசபையில் நிறைவேறிச் சட்டமாக்கப்படுமென்றே நம்பலாம். இவற்றில் சொத்துகளின் அளவு விஷயத்தில் ஏதாவது வித்தியாசமிருந்தாலும் பெண் களுக்குச் சொத்துரிமைக் கொள்கையும், பெண்கள் புருஷனை விட்டு விலகி இருந்து கொள்ளும் கொள்கைகளும் ஒப்புக் கொள்ளப்பட்டிருக்கும் விஷயம் கவனித்துப் பாராட்டத்தக்கதாகும்.

இவை போன்று பல காரியங்களில், இந்தியாவிலுள்ள சுதேச இந்து சமஸ்தானங்களெல்லாம் ஒவ்வொரு துறையிலும் முன்வந்து சட்டம் செய்து கொண்டு வரும்போது, பிரிட்டிஷ் இந்தியாவிலுள்ள தேசியவாதிகளுக்கும், பூரண சுயேச்சைவாதிகளுக்கும், பொதுஜன நல உரிமைவாதிகளுக்கும் மாத்திரம் இக்கொள்கைகள்

அவசியமானவைகள் என்றோ சட்டம் செய்யத்தக்கது என்றோ தோன்றப்படாமலிருப்பதானது, இக்கூட்டத்தார்களின் நாணயக் குறைவையும், பொறுப்பற்றத் தன்மையையும் நன்றாகக் காட்டுவதற்கு ஓர் அறிகுறியாகும்.

சாரதா சட்டம் (குழந்தை மணத் தடுப்புச் சட்டம்) என்கின்ற ஒரு சட்டம் பிரிட்டிஷ் சர்க்கார் தயவினால் பாசாகியும், 'இந்திய தேசிய'வாதிகளாலும் 'பூரண சுயேச்சைவாதிகள்' முயற்சியாலும் அது சரியானபடி அமுலுக்கு வர முடியாமல் முட்டுக்கட்டை போடப்பட்டு வருவதும், அச்சட்டம் கூடாதென்று வாதாடி ஒழிப்பதாக தெரியப்படுத்தினவர்களை ராஜாங்க சபைக்கும் மாகாண சபைக்கும் நமது பிரதிநிதிகளாக அனுப்பியதும் நம்மவர்களுக்கு மிகமிக மானக்கேடான காரியமாகும்.

நமது தேசியவாதிகள் என்னும் அரசியல்வாதிகள் இம்மாதிரியான காரியங்களைச் சிறிதும் கவனியாமல் இருப்பதோடு, நாம் ஏதாவது இவற்றிற்காகப் பிரச்சாரம் செய்தால், 'இது தேசியத்திற்கு விரோதம்', 'சுயராஜ்யம் கிடைத்துவிட்டால் பிறகு சட்டம் செய்து கொள்ளலாம்' என்று சொல்வதும், வேறு யாராவது இவைகளுக்காகச் சட்டம் செய்யச் சட்டசபைக்கு மசோதாக்கள் கொண்டு போனால், 'சீர்திருத்தங்கள் மூலம் செய்துவிட முடியாது; பிரச்சாரத்தின் மூலம்தான் செய்ய வேண்டும்' என்று சொல்வதுமான தந்திரங்களால் மக்களை ஏமாற்றிக் காலம் தள்ளிக் கொண்டு வருகிறார்கள்.

ஆகவே, இந்த நிலைமையில் முதலில் நமது கடமை என்னவென்பதை யோசித்துப் பார்த்தால், இம்மாதிரியான காரியங்களுக்கு ஆண்கள்தான் முயற்சிக்க வேண்டியவர்கள் என்கின்ற உரிமை முதலில் நீக்கப்படவேண்டும். நம் பெண்மணிகள் இக்காரியங்களில் வரிந்து கட்டிக்கொண்டு இறங்கவேண்டும். பெண்கள் கிளர்ச்சி முதலாவதாக, ஆண்களைப் போன்ற சொத்துரிமை பெறுவதற்கே செய்யப்படவேண்டும். பெண்களுக்குச் சொத்துரிமை இருந்து விட்டால், அவர்களுக்கு இருக்கும் எல்லாவிதமான அசவுகரியங்களும் ஒழிந்துபோகும். கேவலம் தாசிகளுக்குச் சொத்துரிமை இருப்பதால் அவர்கள் தங்கள் குடும்பங்களில் தங்கள் சமுதாயத்தில் எவ்வளவு சுதந்திரமுடையவர்களாக இருக்கிறார்கள் என்று பார்த்தால், குடும்ப ஸ்திரீகளுக்குச் சொத்துரிமை இருந்தால் எவ்வளவு மேன்மையாய் வாழ்க்கை நடத்துவார்கள் என்பது விளங்கும். அன்றியும், பெண்களுக்குச்

சொத்துரிமை வழங்கப்படாததற்குக் காரணம் இதுவரை யாரும் சொன்னதே கிடையாது. பெண்களுக்குப் படிப்பு, தொழில் ஆகிய இரண்டும் பெற்றோர்களால் கற்பிக்கப்பட்டுவிட்டால் சொத்துச் சம்பாதிக்கும் சக்தி வந்துவிடும். பின்னர் தங்கள் கணவன்மார்களைத் தாங்களே தெரிந்தெடுக்கவும் அல்லது பெற்றோர்களால் தெரிந்தெடுக்கப்பட்டாலும் கணவனோடு சுதந்திரமாய் வாழ்க்கை நடத்தவும்கூடிய தன்மை உண்டாகிவிடும்.

பெண் அடிமை என்பதற்கு உள்ள காரணங்கள் பலவற்றில் சொத்துரிமை இல்லாதது என்பதே மிகவும் முக்கியமான காரணம் என்பது நமது அபிப்பிராயம். ஆதலால், பெண்கள் தாராளமாகவும், துணிவுடனும் முன்வந்து சொத்துரிமைக் கிளர்ச்சி செய்ய வேண்டியது மிகவும் அவசியமும், அவசரமுமான காரியமாகும்.

(குடியரசு, 5.10.1930)

கர்ப்பத்தடை

கர்ப்பத்தடை என்பதுபற்றிச் சில வருஷங்களுக்கு முன் நாம் கூறியது அநேகருக்குத் திடுக்கிடும்படியான செய்தியாய் இருந்தது. ஆனால், இப்போது சிறிது காலமாய் அது எங்கும் பிரஸ்தாபிக்கப்படும் ஒரு சாதாரணச் செய்தியாகி விட்டது. வரவர அது செல்வாக்குப் பெற்றும் வருகின்றது. பெரிய உத்தியோகத்தில் இருந்த சர். சி.பி. சிவசாமி அய்யரும் பெரிய உத்தியோகத்தில் இப்போது இருக்கும் ஜஸ்டிஸ் ராமேசம் அவர்களும் ஆகிய பார்ப்பனர்களும் மற்றும் பலரும் இது விஷயமாக அடிக்கடி பேசிவருகின்றதையும், எழுதி வருகின்றதையும் பத்திரிகையில் பார்த்து வருகின்றோம். சென்னைச் சட்டசபையிலும் கர்ப்பத்தடை விஷயமாய்ப் பிரசாரம் செய்யவேண்டுமென்று பிரஸ்தாபிக்கப்பட்டதையும் நேயர்கள் கவனித்து இருக்கலாம்.

ஆனால், கர்ப்பத்தடையின் அவசியத்தைப்பற்றி நாம் கருதும் காரணங்களுக்கும் மற்றவர்கள் கருதும் காரணங்களுக்கும் அடிப்படையான வித்தியாசமிருக்கின்றது. அதாவது பெண்கள் விடுதலையடையவும், சுயேச்சை பெறவும் கர்ப்பத்தடை அவசியமென்று நாம் கூறுகின்றோம். மற்றவர்கள், பெண்கள் உடல் நலத்தை உத்தேசித்தும், நாட்டின் பொருளாதார நிலையை உத்தேசித்தும், குடும்பச் சொத்துக்கு அதிகம் பங்கு ஏற்பட்டுக் குறைந்தும், குலைந்தும் போகாமல் இருக்கவேண்டுமென்பதை உத்தேசித்தும் கர்ப்பத்தடை அவசியமென்று கருதுகிறார்கள். இதை மேல்நாட்டில் பலர்கூட ஆதரிக்கின்றார்கள். ஆனால், நமது கருத்தோ இவைகளைப் பிரதானமாய்க் கருதியதன்று. மற்றெதைக் கருதியதென்றால், முன்சொன்னதுபோல, பொதுவாகப் பெண்களின் விடுதலைக்கும் சுயேச்சைக்குமே கர்ப்பம் விரோதியாயிருப்பதால், சாதாரணமாய்ப் பெண்கள் பிள்ளைகளைப் பெறுவது என்பதை அடியோடு நிறுத்திவிட வேண்டும் என்கிறோம்.

அதுமாத்திரமல்லாமல், பல பிள்ளைகளைப் பெறுகின்ற காரணத்தால் ஆண்களும்கூடச் சுயேச்சையுடனும், வீரத்துடனும், விடுதலையுடனும் இருக்க முடியாதவர்களாகவே இருக்கிறார்கள். இதன் உண்மை, சாதாரணமாய் ஒவ்வொரு மனிதனும் மனுஷியும் தங்கள் தங்கள் சுதந்திரங்களுக்குக் கஷ்டம் வருகின்ற காலத்தில் பேசிக் கொள்வதைப் பார்த்தாலே தெரியும்.

ஒரு மனிதன், தன் கஷ்ட நிலையில் பேசும்போது, "நான் தனியாயிருந்தால் ஒரு கை பார்த்துவிடுவேன். 4, 5 குழந்தையும், குட்டியும் ஏற்பட்டுவிட்டதால், இவைகளைக் காப்பாற்ற வேண்டுமே என்கின்ற கவலையால் பிறர் சொல்வதையெல்லாம் கேட்டுக்கொண்டிருக்கும் நிலைக்கு ஆளாயிருக்க நேர்ந்திருக்கின்றது" என்றே சொல்லுகின்றான். அதுபோலவே, ஒரு ஸ்திரீ, புருஷனாலோ அல்லது வேறு எதனாலோ சங்கடம் ஏற்படும்போது, "நான் தனியாய் இருந்தால் எங்காகிலும் தலையின்மேல் துணியைப் போட்டுக்கொண்டு போய்விடுவேன்; அல்லது ஒரு ஆற்றிலாவது, குளத்திலாவது இறங்கிவிடுவேன்; இந்தக் கஷ்டத்தைச் சகித்துக்கொண்டு அரை நிமிஷம் இருக்கமாட்டேன். ஆனால், இந்தக் குழந்தைகளையும், குஞ்சுகளையும் நான் எப்படி விட்டுவிட்டுப் போக முடியும்" என்றே சொல்லுகின்றாள். ஆகவே, இந்த இருவருக்கும் அவர்களது சுயேச்சையையும், விடுதலையையும் கெடுப்பது இந்தக் குழந்தைகள், குஞ்சுகள் என்பவைகளேயாகும்.

உலகத்தில் மக்கள் தங்கள் உடலாலும் அறிவாலும் கஷ்டப்பட்டுத் தத்தம் ஜீவனத்திற்குப் பொருள் தேடுவதற்கே சுதந்திரத்தை விற்றுச் சுயமரியாதையைப் பலி கொடுத்து அடிமைகளாக வேண்டிய நிலையில் இருக்கும்போது, பிள்ளைகளையும், குட்டிகளையும் காப்பாற்றவேண்டிய அவசியம் தலைமேல் இருக்குமானால், இந்த இடத்தில் எப்படிச் சுயேச்சை இருக்க முடியும்? ஆகையால், இன்றைய நம் உலகில் ஆண், பெண் இருவரினுடைய சுயேச்சைக்கே கர்ப்பமாவதும், பிள்ளைகளைப் பெறுவதும் இடையூறான காரியமாகிறது. அதிலும் பெண்கள் சுயேச்சைக்குக் கர்ப்பம் என்பது கொடிய விரோதமாய் இருக்கின்றது. பெண்களுக்குச் சொத்தும், வருவாயும், தொழிலும் இல்லாததால் குழந்தைகளை வளர்க்க மற்றவர்கள் ஆதரவை எதிர்பார்த்தே தீரவேண்டியிருக்கிறது. அதனால்தான் நாம் கண்டிப்பாய்ப் பெண்கள் பிள்ளை பெறுவதை நிறுத்தியே ஆகவேண்டும் என்கின்றோம். அன்றியும், பெண்கள் வியாதியஸ்தர்கள் ஆவதற்கும், சீக்கிரம் கிழப்பருவம் அடைவதற்கும்,

ஆயுள் குறைவதற்கும், அகால மரணமடைவதற்கும், ஆண்களில் பிரம்மச்சாரிகளும், சன்யாசிகளும், சங்கராச்சாரியார்களும், தம்பிரான்களும், பண்டாரச் சன்னதிகளும் ஏற்பட்டிருப்பதுபோல், பெண்களில் பிரம்மச்சாரிகளும், சங்கராச்சாரி முதலியவர்களும் ஏற்படுவதற்கும், சுதந்திரத்தோடு வாழவும், பல கோடி ரூபாய்க்கு அதிபதியாகவும், பல ஆண்களும், பெண்களும் போற்றிப் புகழ்ந்து வணங்கும்படியான ஸ்தானத்தைக் கைப்பற்றவும் இந்தக் கர்ப்பமே தடையாயிருந்து வருகின்றது. இந்நிலையில்தான் பெண்கள் விடுதலைக்கும், சுயேச்சைக்கும், முன்னேற்றத்திற்கும் அவர்கள் பிள்ளை பெறுவது என்பதை நிறுத்தவேண்டும் என்று நாம் சொல்லுகின்றறோம். காரணம் எப்படி இருந்தபோதிலும், நமக்கும் மற்றைய கர்ப்பத்தடைக் இந்தப்படி நம்மில் ஒவ்வொருவரும் கர்ப்பத்தடை விஷயமாய்க் கருதும் காரருக்கும் கர்ப்பத்தடை அவசியம் என்பதில் அபிப்பிராய பேதமில்லா திருப்பது குறித்து நாம் மகிழ்ச்சி அடைகின்றோம்.

ஆனால், இந்த முக்கியக் காரணங்களில் கொஞ்ச காலத்திற்கு முன் சட்டசபையில் அரசாங்கத்தினர் சார்பாய்ச் சுகாதார மந்திரி கர்ப்பத்தடைப் பிரச்சாரத்தை எதிர்த்ததும், பெண்கள் சார்பாய்ச் சட்டசபைக்குள் சென்ற டாக்டர் முத்துலட்சுமி அம்மாளும், அவருக்கு அனுசரணையாய் இருந்ததும் நமக்கு மிக்க ஏமாற்றத்தையே கொடுத்து விட்டன. இந்தத் தேசத்தில் பிறக்கும் குழந்தைகளை எல்லாம் இந்த அரசாங்கமே வளர்த்து அவைகளுக்குக் கல்வி கொடுத்து மேஜர் ஆக்கிவிடவேண்டும் என்கின்ற ஒரு நிபந்தனை இருந்திருக்குமேயானால், சுகாதார மந்திரி அரசாங்கத்தின் சார்பாய்க் கர்ப்பத்தடையை எதிர்த்திருக்க மாட்டார். அப்படிக்கில்லாமல், யாரோ பெற்று யாரோ சுயமரியாதை இழந்து, யாரோ அடிமையாய் இருந்து வளர்த்து மக்களைப் பெருக்கிவிடுவதனால், சர்க்கார் அதை எப்படி வேண்டாம் என்று சொல்ல முன்வருவார்கள்? உண்மையான சுகாதாரத்தில் பிள்ளைப்பேற்றைத் தடுப்பது முக்கியமான சுகாதாரம் என்று சுகாதார மந்திரிக்கும், பெண்மணியாய் இருந்தும் டாக்டர் பட்டம் பெற்ற முத்துலட்சுமி அம்மாளுக்கும் தெரியாமல் போனது வருந்தத்தக்க காரியமேயாகும். இந்த விஷயத்தில் அரசாங்கத்தார் விபரீதமான அபிப்பிராயப்பட்டாலுங்கூட பொதுஜனங்கள் அதை லட்சியம் செய்யாமல் ஒவ்வொருவரும் இதைக் கவனித்து, அவரவர்களே தக்கது செய்து கொள்ள வேண்டியது மிக்க அவசியமான காரியமாகும், மதுவிலக்குப் பிரச்சாரத்தைவிட,

தொத்து வியாதிகளை ஒழிக்கும் பிரச்சாரத்தைவிட, இந்தக் கர்ப்பத்தடைப் பிரச்சாரம் மிகமுக்கியமானதென்பதே நமது அபிப்பிராயம்.

ஆதலால், இந்தக் கர்ப்பத்தடைக்கு நமது நாட்டில் ஒரு ஸ்தாபனம் ஏற்படுத்தி, அதன்மூலம் துண்டுப்பிரசுரங்களும், பத்திரிகைகளும், புத்தகங்களும் வெளியிடுவதுடன், கர்ப்பத்தடை சம்பந்தமாக ஆங்கிலத்திலும், பிற பாஷைகளிலுமுள்ள அரிய நூல்களைத் தமிழில் மொழிபெயர்த்து வெளியிடுவதுடன், கர்ப்பத்தடையால் - நாடும், நம் பெண்களும், நலத்தையும், சுதந்திரத்தையும் பெறுவதான நாடகம், சினிமா முதலியவைகள் மூலமாய்ப் பிரச்சாரம் செய்யப் பொதுஜனங்களில் சிலராவது இது சமயம் முன்வர வேண்டுமென்றே வேண்டிக்கொள்கின்றோம்.

(குடியரசு, 6.4.1930)

பெண்கள் விடுதலைக்கு 'ஆண்மை' அழியவேண்டும்

பெண்கள் விடுதலையின் பேரால் உலகத்தில் அநேக இடங்களில் அநேக சங்கங்களும், முயற்சிகளும் நாளுக்கு நாள் வளர்ந்துகொண்டு வருவது யாவரும் அறிந்ததே. இம்முயற்சிகளில் ஆண்களும் மிகக் கவலையுள்ளவர்கள் போலக் காட்டிக்கொண்டு மிகப் பாசாங்கு செய்து வருகின்றார்கள். ஆண்கள் முயற்சியால் செய்யப்படும் எவ்வித விடுதலை இயக்கமும் எவ்வழியிலும் பெண்களுக்கு உண்மையான விடுதலையை அளிக்க முடியாது. தற்காலம் பெண்கள் விடுதலைக்காகப் பெண்களால் முயற்சிக்கப்படும் இயக்கங்களும் யாதொரு பலனையும் கொடுக்காமல் போவதல்லாமல், மேலும் மேலும் அவை பெண்களின் அடிமைத்தனத்திற்கே கட்டுப்பாடுகளைப் பலப்படுத்திக்கொண்டே போகும் என்பது நமது அபிப்பிராயம். எது போலென்றால், திராவிட மக்கள் விடுதலைக்குப் பார்ப்பனரும், பார்ப்பனர்தான் இந்நாட்டுக்குப் பிரதிநிதித்துவம் வாய்ந்தவர்கள் என்று கருதிக்கொண்டிருக்கும் அந்நிய நாட்டினர்களும் பாடுபடுவதாக ஏற்பாடுகள் நடந்து வருவதன் பலனாக எப்படி நாளுக்கு நாள் திராவிட மக்களுக்கு அடிமைத்தனமும், என்றும் விடுதலை பெறமுடியாதபடி கட்டுப்பாடுகளின் பலமும் ஏற்பட்டு வருகிறதோ அதுபோலவும், சமூக சீர்திருத்தம், சமத்துவம் என்பதாக வேஷம் போட்டுக்கொண்டு பார்ப்பனர்களும் ஆரியப் புராணக்காரர்களும் சீர்திருத்தத்தில் பிரவேசித்து வருவதன் பலனாக எப்படிச் சமூகக் கொடுமைகளும், உயர்வு தாழ்வுகளும் சட்டத்தினாலும், மதத்தினாலும் நிலைபெற்றுப் பலப்பட்டு வருகின்றதோ அதுபோலவுமே என்று சொல்லலாம்.

அன்றியும், ஆண்கள், பெண்கள் விடுதலைக்குப் பாடுபடுவதால் பெண்களின் அடிமைத்தனம் வளருவதுடன் பெண்கள் என்றும்

விடுதலை பெற முடியாத கட்டுப்பாடுகள் பலப்பட்டுக்கொண்டு வருகின்றன. பெண்களுக்கு மதிப்புக் கொடுப்பதாகவும், பெண்கள் விடுதலைக்காகப் பாடுபடுவதாகவும், ஆண்கள் காட்டிக்கொள்வதெல்லாம் பெண்களை ஏமாற்றுவதற்குச் செய்யும் சூழ்ச்சியே ஒழிய வேறல்ல.

எங்காவது பூனைகளால் எலிகளுக்கு விடுதலை உண்டாகுமா? எங்காவது நரிகளால் ஆடு, கோழிகளுக்கு விடுதலை உண்டாகுமா? எங்காவது வெள்ளைக்காரர்களால் இந்தியர்களுக்குச் செல்வம் பெருகுமா? எங்காவது பார்ப்பனர்களால் பார்ப்பனரல்லாதவர்களுக்கும் சமத்துவம் கிடைக்குமா? என்பதை யோசித்தால் இதன் உண்மை விளங்கும். அப்படி ஒருக்கால் ஏதாவது ஒரு சமயம் மேற்படி விஷயங்களில் விடுதலை உண்டாகிவிட்டாலும்கூட ஆண்களால் பெண்களுக்கு விடுதலை கிடைக்கவே கிடைக்காது என்பதை மாத்திரம் உறுதியாய் நம்பலாம். ஏனெனில், ஆண்மை என்னும் பதமே பெண்களை இழிவுபடுத்தும் முறையில் உலக வழக்கில் உபயோகப்படுத்தப்பட்டு வருகிறது என்பதைப் பெண்கள் மறந்துவிடக்கூடாது. அந்த 'ஆண்மை' உலகிலுள்ள வரையிலும் பெண்மைக்கு மதிப்பு இல்லை என்பதை பெண்கள் ஞாபகத்தில் வைத்துக் கொள்ளவேண்டும். உலகத்தில் 'ஆண்மை' நிற்கும் வரையில் பெண்கள் அழிக்கப்பட்டால் அல்லாது பெண்களுக்கு விடுதலை இல்லை என்பது அடிமையும் வளர்ந்தே வரும். பெண்களால் 'ஆண்மை' என்ற தத்துவம் உறுதி.

'ஆண்மை'யால்தான் பெண்கள் அடிமையாக்கப் பட்டிருக்கிறார்கள். சுதந்திரம், வீரம் முதலிய குணங்கள் உலகத்தில் 'ஆண்மை'க்குத்தான் அவைகள் உண்டென்று, ஆண்மக்கள் முடிவுகட்டிக் கொண்டிருக்கிறார்கள்.

அன்றியும், இந்துமதம் என்பதில் பெண்களுக்கு என்றென்றும் விடுதலையோ, சுதந்திரமோ எத்துறையிலும் அளிக்கப்படவே இல்லை என்பதைப் பெண்மக்கள் நன்றாய் உணரவேண்டும்.

பெண்கள் விஷயமாய் இந்து மதம் சொல்லுவதென்னவென்றால், கடவுள் பெண்களைப் பிறவியிலேயே விபச்சாரிகளாய்ப் படைத்துவிட்டார் என்பதாகச் சொல்லுகின்றதுடன், அதனாலேயே பெண்களை எந்தச் சமயத்திலும் சுதந்திரமாய் இருக்கவிடக்கூடாது என்றும், குழந்தைப் பருவத்தில் தகப்பனுக்குக் கீழும், வயோதிகப் பருவத்தில் (தாம் பெற்ற) பிள்ளைகளுக்குக் கீழும் பெண்கள்

கட்டுப்படுத்தப்பட வேண்டும் என்றும் சொல்லுகிறது. "பெண்கள், ஆண்களும் - மறைவான இடமும் - இருளும் இல்லாவிட்டால்தான் பதிவிரதைகளாக இருக்க முடியும்'' என்று அருந்ததியும், துரோபதையும் சொல்லி, தெய்வீகத்தன்மையில் மெய்ப்பித்துக் காட்டியதாகவும் இந்துமத சாஸ்திரங்களும், புராணங்களும் சொல்லுகின்றன.

இன்னும் பலவிதமாகவும், மத சாஸ்திர ஆதாரங்களில் இருக்கின்றன. இவற்றின் கருத்து ஆண்களுக்குப் பெண்ணை அடிமையாக்க வேண்டுமென்பதல்லாமல் வேறில்லை.

எனவே, பெண்மக்கள் அடிமையானது ஆண்மக்களாலேதான் ஏற்பட்டது என்பதும், அதுவும் 'ஆண்மை'யும் பெண்ணடிமையும் கடவுளாலேயே ஏற்படுத்தப்பட்டதாக எல்லா ஆண்களும் கருதிக் கொண்டிருக்கிறார்கள் என்பதும் அதோடு பெண்மக்களும் இதை உண்மை என்றே நினைத்துக்கொண்டு வந்த பரம்பரை வழக்கத்தால் பெண் அடிமைக்குப் பலம் அதிகம் ஏற்பட்டிருக்கிறதென்பதும் நடுநிலைமைப் பெண்களுக்கும், ஆண்களுக்கும் யோசித்துப் பார்த்தால் விளங்காமற்போகாது. பொதுமக்கள் பிறவியில் உயர்வு-தாழ்வு அழியவேண்டுமானால், எப்படிக் கற்பிக்கப்பட்டிருக்கின்றது என்ற இந்து மதக் கொள்கையைச் சுட்டுப் பொசுக்கவேண்டியது அவசியமோ, அதுபோலவே, பெண் மக்கள் உண்மைச் சுதந்திரம் பெறவேண்டுமானால், 'ஆண்மையும்', 'பெண்மையும்' கடவுளால் உண்டாக்கப்பட்டவை என்பதற்குப் பொறுப்பாயுள்ள கடவுள் தன்மையும் ஒழிந்தாகவேண்டும்.

பெண்கள் விடுதலை பெறுவதற்கு இப்போது ஆண்களைவிடப் பெண்களே பெரிதும் தடையாயிருக்கிறார்கள். ஏனெனில், இன்னமும் பெண்களுக்கு, தாங்கள் ஆண்களைப்போல முழு விடுதலைக்கு உரியவர்கள் என்கின்ற எண்ணமே தோன்றவில்லை. தங்களுடைய இயற்கை அமைப்பின் தன்மையையே தங்களை ஆண்மக்களுக்கு அடிமையாகக் கடவுள் படைத்திருப்பதன் அறிகுறியாய்க் கருதிக் கொண்டிருக்கின்றார்கள். எப்படியெனில், பெண் இல்லாமல் ஆண் வாழ்ந்தாலும் வாழலாம். ஆனால், ஆண் இல்லாமல் பெண் வாழ முடியாது என்று ஒவ்வொரு பெண்ணும் கருதிக்கொண்டிருக்கிறாள். அப்படி அவர்கள் கருதுவதற்கு என்ன காரணம் என்று பார்ப்போமானால், பெண்களுக்குப் பிள்ளைகள் பெறும் தொல்லை ஒன்று இருப்பதால், தாங்கள் ஆண்கள் இல்லாமல் வாழ முடியாது என்பதை ருஜுப்படுத்திக் கொள்ள

முடியாதவர்களாய் இருக்கின்றார்கள். ஆண்களுக்கு அந்தத் தொந்தரவு இல்லாததால் தாங்கள் பெண்கள் இல்லாமல் வாழ முடியும் என்று சொல்ல இடமுள்ளவர்களாய் இருக்கின்றார்கள்.

அன்றியும், பிள்ளை பெறும் தொல்லையினால் தங்களுக்கும் பிறர் உதவி வேண்டியிருப்பதால், அங்கு ஆண்கள் ஆதிக்கம் ஏற்பட இடமுண்டாகி விடுகின்றது. எனவே, உண்மையான பெண்கள் விடுதலைக்குப் பிள்ளை பெறும் தொல்லை அடியோடு ஒழிந்து போகவேண்டும். அது ஒழியாமல் சம்பளம் கொடுத்துப் புருஷனை வைத்துக் கொள்வதாயிருந்தாலும் பெண்கள் பொதுவாக உண்மை விடுதலை அடைந்துவிட முடியாது என்றே சொல்லுவோம். இம்மாதிரி இதுவரை வேறு யாரும் சொன்னதாக காணப்படாததனால், நாம் இப்படிச் சொல்லுவதைப் பெரிதும் முட்டாள்தனம் என்பதாகப் பொதுமக்கள் கருதுவார்கள். இருந்தாலும், இந்த மார்க்கத்தைத் தவிர அதாவது, பெண்கள் பிள்ளை பெறும் தொல்லையில் இருந்து விடுதலையாக வேண்டும் என்கின்ற மார்க்கத்தைத் தவிர - வேறு எந்த வகையிலும் ஆண்மை அழியாது என்பதோடு, பெண்களுக்கு விடுதலையும் இல்லை என்கின்ற முடிவு நமக்குக் கல்லுப்போன்ற உறுதியுடையதாய் இருக்கின்றது. சிலர் இதை இயற்கைக்கு விரோதமென்று சொல்ல வரலாம். உலகத்தில் மற்றெல்லாத் தாவரங்கள், ஜீவப் பிராணிகள் முதலியவைகள் இயற்கை வாழ்வு நடத்தும்போது மனிதர்கள் மாத்திரம் இயற்கைக்கு விரோதமாகவே அதாவது பெரும்பாலும் செயற்கைத்தன்மையாகவே வாழ்வு நடத்தி வருகின்றார்கள். அப்படியிருக்க இந்த விஷயத்திலும் நன்மையை உத்தேசித்து இயற்கைக்கு விரோதமாய் நடந்து கொள்வதால் ஒன்றும் முழுகிப்போய்விடாது.

தவிர, பெண்கள் பிள்ளை பெறுவதை நிறுத்திவிட்டால், ‘உலகம் விருத்தியாகாது, மானிட வர்க்கம் விருத்தியாகாது’ என்று கர்ம நியாயம் பேசச் சிலர் வருவார்கள். உலகம் விருத்தியாகாவிட்டால் பெண்களுக்கு என்ன கஷ்டம் வரும்? மானிட வர்க்கம் பெருகாவிட்டால் பெண்களுக்கு என்ன ஆபத்து ஏற்பட்டுவிடக்கூடும்? அல்லது இந்தத் ‘தர்ம நியாயம்’ (அதாவது மக்கள் பெருக்கமடையாவிட்டால்) பேசுபவர்களுக்குத்தான் என்ன கஷ்டம் உண்டாகிவிடும் என்பது நமக்குப் புரியவில்லை. இதுவரையில் பெருகிக் கொண்டு வந்த மானிட வர்க்கத்தால் ஏற்பட்ட நன்மைதான் என்ன என்பதும் நமக்குப் புரியவில்லை.

பெண்களின் அடிமைத்தன்மை பெண்களை மாத்திரம் பாதிப்பதில்லை; அது மற்றொரு வகையில் ஆண்களையும் பெரிதும் பாதிக்கின்றது. இதைச் சாதாரண ஆண்கள் உணருவதில்லை. ஆனால், நாம் இச்சமயத்தில் அதைப்பற்றி சிறிதும் கவலை கொள்ளவில்லை. பெண்களைப்பற்றியே கவலைகொண்டு சொல்லுகின்றோம். தற்கால நிலையில் பெண்கள் விடுதலைக்குப் பெண்கள் வேறுவிதமான முயற்சி செய்தாலும் சிறிது சிறிதாவது ஆண்களுக்குக் கஷ்டத்தைக் கொடுக்கக் கூடியதாக இருக்கலாம். ஆனால், இந்தக் காரியத்தில் அதாவது, பெண்கள் பிள்ளை பெறுவதில்லை என்கின்ற காரியத்தில் ஆண்களுக்கு எவ்விதக் கஷ்டமும், நஷ்டமும் கிடையாது என்பதோடு ஆண்களுக்கு இஷ்டமும் உண்டு என்பதையும் தெரிவித்துக்கொள்ளுகின்றோம். எப்படியெனில், ஒரு மனிதன் தான் பிள்ளைக்குட்டிக்காரனாய் இருப்பதானாலேயேதான் யோக்கியமாகவும், சுதந்திரமாகவும் நடந்துகொள்ளப் பெரிதும் முடியாமலிருக்க வேண்டியவனாய் விடுகிறான். அன்றியும் அவனுக்கு அனாவசியமான கவலையும், பொறுப்பும் அதிகப்படவும் நேரிடுகின்றது. மற்றபடி இதனால் ஏற்படும் மற்ற விஷயங்களையும், முறைகளையும் விரிக்கில் பெருகும் என்று இத்துடன் முடித்துக்கொள்கின்றோம்.

(குடியரசு, 12.8.1928)